பெருங்கனவு காணத் துணியுங்கள்!

அங்குர் வாரிக்கூ

DO EPIC SHIT

TAMIL EDITION

MANJUL
மஞ்சுள் பப்ளிஷிங் ஹவுஸ்

First published in India by

MANJUL

Manjul Publishing House

Corporate and Editorial Office

• 2nd Floor, Usha Preet Complex, 42 Malviya Nagar, Bhopal 462 003 - India

Sales and Marketing Office

• C-16, Sector 3, Noida, Uttar Pradesh 201301, India
Website: www.manjulindia.com

Distribution Centres

Ahmedabad, Bengaluru, Chennai, Kochi, Kolkata,
Hyderabad, Mumbai, New Delhi, Pune

English edition first published by Juggernaut Books

This edition first published in 2022
Third impression 2025

ISBN 978-93-5543-149-3

Translated by Nandini

Printed and bound in India by Repro India Limited

அங்குர் வாரிக்கூ ஒரு தொழிலதிபர் மற்றும் படைப்பாளியாவார். வெற்றி மற்றும் தோல்வி, பணம் மற்றும் முதலீடு, சுயவிழிப்புணர்வு மற்றும் தனிப்பட்ட உறவுகள் ஆகியவை பற்றிய அவருடைய ஆழமான, நகைச்சுவையான, நேர்மையான கருத்துகள், இந்தியாவின் முன்னணி ஆளுமைகளில் ஒருவராக அவரை ஆக்கியுள்ளன.

அவர் தன்னுடைய முதல் நூலில், தன்னுடைய பயணத்திற்கு உந்துசக்தியாக விளங்கிய முக்கிய யோசனைகளைத் தொகுத்து வழங்கியுள்ளார். அவர் ஒரு விண்வெளிப் பொறியாளராக ஆக விரும்பியதில் தொடங்கிய அவருடைய பயணம், இலட்சக்கணக்கானவர்கள் இணையத்தில் பார்த்தும் படித்தும் உள்ள பல்வேறு படைப்புகளை உருவாக்குவதில் முடிந்தது.

நீண்டகால வெற்றிக்குத் தேவையான பழக்கங்களை உருவாக்குவதன் முக்கியத்துவத்தில் தொடங்கி, நிதி நிர்வாகத்திற்கான அடித்தளம்வரையும், தோல்வியை ஆரத் தழுவிக் கொள்வது மற்றும் ஏற்றுக் கொள்வதில் தொடங்கி, பச்சாதாபத்தைக் கற்றுக் கொள்வதைப் பற்றிய உண்மைவரையும் அவருடைய சிந்தனை பரந்துபட்டதாக இருக்கிறது.

இப்புத்தகம் நீங்கள் மீண்டும் மீண்டும் வாசிக்க வேண்டிய ஒன்று. இதிலுள்ள வரிகளை நீங்கள் அடிக்கோடிட்டுக் கொண்டு பின்னர் மீண்டும் மீண்டும் அவற்றைப் பற்றிச் சிந்தித்துப் பார்ப்பீர்கள். நீங்கள் உங்கள் குடும்பத்தினருக்கும் நண்பர்களுக்கும் அந்நியர்களுக்கும் கொடுக்கப் போகின்ற ஒரு புத்தகம் இது. மிக அதிகமாகப் பரிசளிக்கப்பட்டப் புத்தகமாக இப்புத்தகம் உருவெடுக்க வேண்டும் என்பது அங்குரின் விருப்பமாகும்.

வாழ்வில் நான் எதிர்கொண்ட அனைத்துத் தோல்விகளுக்கும் முட்டுக்கட்டைகளுக்கும் இந்நூல் சமர்ப்பணம். அவற்றை நாம் அரிதாகவே வேண்டுகிறோம், ஆனால் பின்னால் திரும்பிப் பார்க்கும்போது, இன்றைய என்னுடைய உயர்வான நிலைக்கு அவைதாம் காரணம் என்பதை நான் உணர்கிறேன்.

உள்ளடக்கம்

முன்னுரை

இப்புத்தகம் நீங்கள் வாங்கக்கூடிய மிகவும் பயனற்றப் புத்தகமாக இருக்கக்கூடும். ஏனெனில், இதில் கூறப்பட்டுள்ள எதுவும் உங்களுக்குத் தெரியாததல்ல.

இது எந்தவொரு மாபெரும் இரகசியத்தையும் திரைவிலக்கிக் காட்டப் போவதில்லை. இது ஒரு நினைவூட்டலாக மட்டுமே எழுதப்பட்டுள்ளது. நம் எல்லோருக்கும் வாழ்க்கை எவ்வாறு ஒரே மாதிரி, ஆனால் சமமின்றி நிகழ்கிறது என்பது பற்றிய ஒரு நினைவூட்டல் இது.

இப்புத்தகம் புதிதாக எதுவும் சொல்லப் போவதில்லை. உங்களுடைய எண்ணங்களுக்கு வார்த்தை வடிவம் கொடுப்பதே இதன் நோக்கம். நாம் அனைவரும் மீண்டும் மீண்டும் உணர்கின்ற, ஆனால் அவற்றைப் புரிந்து கொள்ள நாம் நிதானிக்கத் தவறுகின்ற வகையான எண்ணங்கள் அவை.

இப்புத்தகம் உங்கள் வாழ்க்கையை மாற்றப் போவதில்லை. மாறாக, வாழ்வில் நீங்கள் அறியாமை நிலையிலிருந்து அன்றி, ஒரு விழிப்புணர்வு நிலையிலிருந்து தேர்ந்தெடுப்புகளை மேற்கொள்வதற்கு உங்களுக்கு உதவுவதற்காக, உங்களுக்கு அதிக விழிப்புணர்வூட்டுவதுதான் இதன் நோக்கம்.

இப்புத்தகம், கடந்த பன்னிரண்டு மாதங்களாகச் சமூக ஊடகங்களில் நான் பகிர்ந்து வந்துள்ள என்னுடைய எண்ணங்களின் ஒரு தொகுப்பாகும்.

அவற்றில் பெரும்பாலானவை என்னுடைய சொந்த நினைவலைகள், என்னுடைய சொந்த அவதானிப்புகள், மற்றும் என்னுடைய சொந்த அனுபவங்களிலிருந்து வருகின்றன.

பள்ளிப் பருவத்தில் நாங்கள் 'புத்தகக் கிரிக்கெட்' என்று ஒரு விளையாட்டை விளையாடுவோம். நாங்கள் ஒரு புத்தகத்தின் ஏதோ ஒரு பக்கத்தைத் திறப்போம். அப்பக்கத்தின் எண், அந்தப் 'பந்தில்' நாங்கள் எத்தனை ரன்கள் எடுத்தோம் என்பதைத் தீர்மானிக்கும். இப்புத்தகத்தையும் அத்தகைய ஒரு 'புத்தகக் கிரிக்கெட்டாக' நான் கற்பனை செய்கிறேன், ஆனால் இதில் நாம் ரன்கள் எடுப்பதில்லை. மாறாக, நமக்கு இங்கே நினைவூட்டப்படுகிறது, நம்முடைய எண்ணங்களுக்கு நாம் வார்த்தை வடிவம் கொடுக்கிறோம், அதன் மூலம் நாம் அதிக விழிப்புணர்வு பெறுகிறோம்.

இப்புத்தகத்தைக் கொண்டு 'புத்தகக் கிரிக்கெட்' விளையாடுங்கள். இதுதான் என்னுடைய பரிந்துரை.

ஒவ்வொரு நாளும், இதன் ஏதோ ஒரு பக்கத்தைத் திறந்து, ஓரிரு பக்கங்களைப் படியுங்கள். அவற்றைப் பற்றிச் சிந்தித்துப் பாருங்கள். தேவைப்பட்டால் குறிப்பெடுத்துக் கொள்ளுங்கள். அல்லது, நீங்கள் வாசித்தவை உங்களுக்குள் எத்தகைய உணர்வைத் தூண்டின என்பதைக் கண்டு உங்கள் முகத்தின்மீது வெறுமனே ஒரு புன்னகையைத் தவழவிடுங்கள்.

பிறகு மறுநாளும் இதேபோலச் செய்யுங்கள்.

என்றேனும் ஒரு நாள், "இச்செய்தியை நான் இன்று கேட்க வேண்டியிருந்தது!" என்று உங்களுக்கு நீங்களே கூறிக் கொள்வதை நீங்கள் கண்டால், இந்த நூற்றாண்டின் மிகவும் வெற்றிகரமான நூலாசிரியர் நான் என்று கருதிக் கொள்ளுங்கள்!

அற்புதமானவராக இருங்கள்,
ஆழ்ந்த கவனக்குவிப்புடன் இருங்கள்,
பெருங்கனவு காணத் துணியுங்கள்!

பகுதி 1

வெற்றி
(மற்றும் தோல்வி)

வெற்றியுடனான என்னுடைய உறவு ஏகப்பட்டத் தோல்விகளுடனான என்னுடைய உறவால்தான் பெருமளவு சாத்தியமாகி வந்துள்ளது.

பல ஆண்டுகளின் ஊடாக நான் ‘தளராமல்’ செய்து வந்துள்ள தவறுகள்!

நான் சிந்தித்து, அலசி ஆய்வு செய்த தோல்விகள்! அவைதாம் மிகவும் எதிர்பாராத நேரங்களில் வெற்றியை நோக்கி அங்குலம் அங்குலமாக என்னை நகர்த்திச் சென்றன.

வெற்றியைப் பற்றிய இப்பகுதி, எவ்வாறு வெற்றி பெறுவது என்பதற்கான அறிவுறுத்தல்களை உள்ளடக்கியது அல்ல. மாறாக, உங்களைப் பொறுத்தவரை வெற்றி என்பதற்கு என்ன அர்த்தம் என்பதை வரையறுத்து, நீங்கள் அதற்கு உண்மையாக நடந்து கொள்வதையும், பிறகு தோல்விகளை அலசி ஆய்வு செய்து உங்களுடைய சொந்த வெற்றியை உருவாக்குவதையும் பற்றியதுதான் இது!

இன்றைய தினம் உங்களிடம் எதிர்பார்க்கப்பட்டதைவிட அதிகமாக நீங்கள் செய்துள்ளீர்கள் என்ற உணர்வை விஞ்சி எதுவுமில்லை!

இன்று காலையில், ஐந்து காரியங்களைச் செய்ய நீங்கள் திட்டமிட்டீர்கள்.

நீங்கள் ஏழு காரியங்களைச் செய்தீர்கள்.

அதிக ஆக்கபூர்வமாகச் செயல்பட்டீர்கள்.

அதிக ஆற்றலுடன் செயல்பட்டீர்கள்.

நீங்கள் உங்களையே விஞ்சியுள்ளபோது கிடைக்கின்ற அந்த ஆனந்தம், அந்த உணர்ச்சிதான் உண்மையான சாதனை.

உங்களுடைய வரம்புகளை உங்களையும் அறியாமல் நீங்கள் உடைத்தெறிவது, நீங்கள் எவ்வளவு அதிகத் திறமை வாய்ந்தவர் என்பதைக் காண்பதற்கான சக்திவாய்ந்த வழியாகும்.

தினமும் காலையில் நீங்கள் கண்விழிக்கும்போது, மற்றவர்களுடைய வெற்றி உங்களிடம் ஏராளமான சுயசந்தேகத்தை உருவாக்கும். ஆனாலும் எழுந்திருங்கள்.

• • •

இன்றிலிருந்து ஓராண்டு கழித்து, இன்று நீங்கள் தொடங்கியிருந்திருக்கலாமே என்று நீங்கள் நினைப்பீர்கள்.

இன்றே தொடங்குங்கள்.

நேரம் ஓடிவிடுகிறது. அது இவ்விரண்டில் ஒன்றை மட்டுமே நம்மிடம் விட்டுச் செல்கிறது: பின்வருத்தம் அல்லது விளைவுகள்.

இன்றிலிருந்து ஓராண்டு கழித்து, உணர்ச்சிரீதியாக உங்கள் ஆற்றலை உறிஞ்சுபவர்களுடனான உறவை நீங்கள் துண்டித்திருக்கலாமே என்று நீங்கள் நினைப்பீர்கள்.

இன்றிலிருந்து ஓராண்டு கழித்து, அடிக்கடி 'முடியாது' என்று நீங்கள் கூறியிருந்திருக்கலாமே என்று நீங்கள் நினைப்பீர்கள்.

இன்றிலிருந்து ஓராண்டு கழித்து, உங்கள் விஷயத்தில் அதிகமாக 'ஆமாம்' என்று சொல்லியிருந்திருக்கலாமே என்று நீங்கள் நினைப்பீர்கள்.

இன்றிலிருந்து ஓராண்டு கழித்து, விளைவுகளைப் பற்றி உங்களுக்கு ஒருபோதும் உறுதியாகத் தெரியாது.

ஆனால் நீங்கள் இன்று தொடங்காவிட்டால், நீங்கள் பின்வருத்தம் கொள்வீர்கள் என்பது மட்டும் உறுதி.

தொழில்ரீதியான வெற்றியை நோக்கி உங்களை உந்தித் தள்ள நீங்கள் செய்யக்கூடிய தனிப் பெரும் விஷயம் எது?

உங்களிடம் ஒரு விஷயம் ஒப்படைக்கப்பட்டுவிட்டால், உங்களுக்கு அது பற்றி நினைவுபடுத்தப்பட வேண்டியதில்லை.

அதுதான் அந்தத் தனிப் பெரும் விஷயம்.

• • •

நம்முடைய பிரச்சனைகளைப் பற்றி நாம் எவ்வாறு சிந்திக்கிறோமோ, இவ்வுலகம் நம்முடைய பிரச்சனைகளைப் பற்றி அவ்வாறே சிந்திக்கும்.

நாம் நம்முடைய பிரச்சனைகளை மிகைப்படுத்தினால், உலகமும் அவ்வாறே செய்யும்.

நமக்குப் பிரச்சனைகள் இருந்தும் நாம் மகிழ்ச்சியாக இருந்தால், நாம் அதிக மகிழ்ச்சி அடைவதற்கு உலகம் நமக்கு உதவும்.

நம்முடைய பிரச்சனைகளை நாம் தேர்ந்தெடுப்பதில்லை என்றாலும், எப்படிச் செயல்விடை அளிப்பது என்பதை நம்மால் தேர்ந்தெடுக்க முடியும்.

நம்மை நாம் ஆளும்போது, நம்முடைய பிரச்சனைகளால் ஒருபோதும் நம்மை ஆள முடியாது.

தங்களுக்கு மட்டும்தான் பிரச்சனைகள் இருக்கின்றன, மற்றவர்கள் எல்லோரும் சுகமாக இருக்கின்றனர் என்பதுதான் மக்கள் கொண்டுள்ள மிகப் பெரிய தவறான புரிதலாகும்!

• • •

நீங்கள் என்ன செய்கிறீர்களோ, அதுதான் நீங்கள். நீங்கள் என்ன செய்யப் போவதாக நீங்கள் கூறுகிறீர்களோ, அதுவல்ல நீங்கள்.

நம்முடைய எண்ணங்கள் மூலமாக நம்மை நாம் அறிவோம்.

ஆனால், மற்றவர்களை அவர்களுடைய நடவடிக்கைகள் மூலமாக நாம் அறிகிறோம்.

இது மற்றவர்களுடைய விஷயத்திலும் உண்மை. அவர்களால் நம்முடைய எண்ணங்களை அறிந்து கொள்ள முடியாது. நாம் செய்வதை மட்டுமே அவர்களால் பார்க்க முடியும்.

நாம் என்ன சொல்கிறோம் என்பது ஒரு பொருட்டல்ல.

நாம் எதைச் செய்து கொண்டிருப்பதை அவர்கள் பார்க்கிறார்களோ, அதுதான் முக்கியம்.

செயல்நடவடிக்கைகள் பின்தொடராதபோது தீர்மானங்களால் எந்தப் பயனும் இல்லை.

விஷயங்களை நிகழ்த்துபவர்களுக்குத்தான் அதிர்ஷ்டம் வாய்க்கிறது.

நீங்கள் டிஜிட்டல் உள்ளீடுகளை உருவாக்கத் தொடங்கினால், உங்கள் மனங்கவர்ந்த பிரபலம் அதைப் பார்த்துப் பிறரோடு பகிர்ந்து கொள்வதற்கான வாய்ப்புகள் அதிகரிக்கின்றன.

ஒவ்வோர் அந்நியருக்கும் நீங்கள் வணக்கம் கூறினால், நீங்கள் அடையக் கனவு காண்கின்ற வாழ்க்கைத்துணைவரை நீங்கள் அடைவதற்கான வாய்ப்புகள் அதிகரிக்கின்றன. நீங்கள் தினமும் பல நிறுவனங்களுக்கு மின்னஞ்சல்கள் அனுப்பினால், நீங்கள் அடைய விரும்புகின்ற வேலையை நீங்கள் பெறுவதற்கான வாய்ப்புகள் அதிகரிக்கின்றன!

உங்கள் செயல்கள்தாம் உங்கள் அதிர்ஷ்டத்தைத் தீர்மானிக்கின்றன. உங்களுடைய செயலின்மையும்கூடத்தான்!

அதிர்ஷ்டம் என்பது உண்மையிலேயே பாக்கியமல்ல.

உங்களுடைய கடின உழைப்பு விளைவுகளை உருவாக்கும்போது நிகழ்வதுதான் அதிர்ஷ்டம்.

விடாமுயற்சி ஓர் ஒரு-நாள் அதிசயமல்ல.

ஒரு பழக்கமாக மாறுகின்ற ஒரு பிரக்ஞையுடன்கூடிய தேர்ந்தெடுப்பாகும்.

நெட்ஃபிளிக்ஸ் தொடர்களில் முதல் சில பகுதிகள் சலிப்பூட்டக்கூடும். ஆனாலும் நீங்கள் தொடர்ந்து பார்க்கிறீர்கள். இறுதியில் அது சுவாரசியமடையும் என்று உங்கள் நண்பர் ஒருவர் கூறியதால் நீங்கள் தொடர்ந்து பார்க்கிறீர்கள்.

நம்முடைய இலக்குகள் மற்றும் நம்முடைய பயணத்தின் விஷயத்திலும் நாம் அதேபோல நடந்து கொண்டால் என்ன?

தொடக்கத்தில் அவை சலிப்பூட்டினாலும், தொடர்ந்து செயல்படுங்கள். ஏனெனில், இறுதியில் அவை சுவாரசியமடையும்.

முயற்சியின்மையின் விளைவு பூஜ்ஜியமாகும். தொடர் முயற்சியின் விளைவால் ஒரு பழக்கம் உருவாகிறது. அதில் நீங்கள் தவறேதும் செய்ய முடியாது.

நமக்கு ஒரே ஒரு வாழ்க்கைதான் இருக்கிறது.

அதை ஏன் நாம் ஒரே ஓர் அடையாளத்துடன் வாழ வேண்டும்?

நீங்கள் டிஜிட்டல் உள்ளீடுகளை உருவாக்குபவராக இருந்து கொண்டே ஏன் ஒரு தொழிலதிபராகவும் இருக்க முடியாது?

ஒரு முழுநேர வேலையைப் பார்த்துக் கொண்டே, இன்ஸ்டாகிராமில் ஏன் உங்களுடைய ஓவியங்களை உங்களால் விற்க முடியாது?

நீங்கள் ஏன் கல்லூரியில் படித்துக் கொண்டே ஒரு தொழில்முறை விளையாட்டு வீரராகவும் இருக்க முடியாது?

நாம் புதுமையை விரும்புகிறோம், ஆனாலும் ஒரே ஒரு வேலையில் அல்லது தொழிலில் நம்மை நாம் முடக்கிப் போட்டுவிடுகிறோம்.

நாம் புதுமையை விரும்புகிறோம், ஆனாலும் ஒரே ஒரு பாத்திரம், ஒரே ஒரு பதவி, ஒரே ஒரு செயல்பாடு, அல்லது ஒரே ஒரு பட்டத்தைக் கொண்டு நம்மை நாம் வரையறுக்கிறோம்.

நமக்கு ஒரே ஒரு வாழ்க்கைதான் இருக்கிறது.

ஆனால் நாம் ஒரே ஒரு நபராக இருக்க வேண்டியதில்லை.

ஒரே சீரான செயல்பாடும் நம்பகத்தன்மையும்தான் டிஜிட்டல் உள்ளீட்டு விளையாட்டில் வெற்றி பெறுவதற்கான மாயாஜாலச் சூத்திரமாகும்.

டிஜிட்டல் உள்ளீட்டு விளையாட்டு உங்களுக்கு மாயாஜாலமாக எப்போது உதவும் என்றால்:

- நீங்கள் ஒரு குறிப்பிட்டக் கால இடைவெளியில் அந்த உள்ளீட்டை உருவாக்கிக் கொண்டிருக்கும்போது (தினமும்/ வாரத்திற்கு மூன்று முறை/ வாரந்தோறும்)
- நீங்கள் நீங்களாக இருக்கும்போது. நீங்கள் இன்னொருவராக இருக்க வேண்டியதில்லை.

செயல்முறையை நீங்கள் இரசித்து அனுபவிக்க இது உதவும். கடின உழைப்பு சுலபமானதாக இருப்பதை நீங்கள் காண்பீர்கள். நீங்கள் செய்கின்ற வேலை எவ்வளவு கடினமாக இருக்கிறதோ என்று மற்றவர்கள் யோசித்துக் கொண்டிருக்கும்போது, நீங்கள் அதைச் சுலபமாகச் செய்து கொண்டிருப்பீர்கள்.

நீங்கள் உண்மையானவராக இல்லை என்றால், தொடர்ந்து சீராகச் செயல்படுவதற்கு நீங்கள் மிகவும் சிரமப்படுவீர்கள்.

யாராலும் நெடுங்காலம் பாசாங்கு செய்து கொண்டிருக்க முடியாது.

இது டிஜிட்டல் உள்ளீட்டின் விஷயத்தில் மட்டும் உண்மையல்ல.

வாழ்வின் விஷயத்திலும் இது உண்மைதான்!

இவ்வுலகம் வெற்றியையும் தோல்வியையும் தொடர்ந்து உங்களுக்காக வரையறுத்துக் கொண்டே இருக்கும். இதை உணர்ந்து கொள்வதற்குப் பெயர்தான் சுயவிழிப்புணர்வு.

ஒரு வேலை கிடைத்துள்ளது. இது வெற்றி. உங்கள் நண்பரின் சம்பளத்தைவிடக் குறைவான சம்பளத்தில் ஒரு வேலை கிடைத்திருக்கிறது. இது தோல்வி.

25 வயதில் திருமணமாகிவிட்டது. இது வெற்றி. 30 வயதில் விவாகரத்தாகிவிட்டது. இது தோல்வி.

உண்மை என்னவென்றால், வெற்றி மற்றும் தோல்விக்கான உங்களுடைய தற்போதைய விதிமுறைகள் இவ்வுலகத்தால் எழுதப்பட்டுள்ளன.
நீங்கள் அவற்றை மாற்றி எழுதுங்கள்.
உங்களுக்காக!

நீங்கள் அந்த விதிமுறைகளுக்கு உண்மையாக நடந்து கொண்டால், உலகத்தின் வரையறைப்படி நீங்கள் ஒரு தோல்வியாளராக இருந்தாலும் அது ஒரு பொருட்டல்ல.

நீங்கள் அவற்றுக்கு உண்மையாக நடந்து கொள்ளாவிட்டால், உலகத்தின் வரையறைப்படி நீங்கள் ஒரு வெற்றியாளராக இருந்தாலும் அது ஒரு பொருட்டல்ல.

வெற்றி என்பது நீங்கள் உங்களுடன் கொண்டுள்ள ஓர் உறவாகும்.

வாழ்க்கையில் இக்கணத்தில் நீங்கள் இருக்கும் இடம் குறித்து நீங்கள் மகிழ்ச்சியற்று இருந்தால், நீங்கள் என்ன செய்து கொண்டிருக்க வேண்டும் என்பதைக் கண்டுபிடிக்கக் காத்திருக்காதீர்கள்.

அந்த இடத்திலிருந்து அகன்றுவிடுங்கள்!

அந்தத் தேடலைத் தொடங்குங்கள்.
நீங்கள் போய்ச் சேர்வதற்கு ஓர் இடத்தைக் கண்டுபிடிக்கக் காத்திருக்காதீர்கள்.

இடத்தைவிட்டு அகல்வது என்பதற்கு உங்களிடம் தற்போது இருப்பதைக் கைவிடுவது என்று அர்த்தமில்லை. பிற விஷயங்களை ஆய்வு செய்வதற்கான இடத்தை நீங்கள் உங்களுக்குக் கொடுக்கிறீர்கள் என்பதே அதன் பொருள்.

நீங்கள் வெறுக்கின்ற, ஆனால் நல்ல சம்பளம் கொடுக்கின்ற ஒரு வேலையில் நீங்கள் இருந்தால், அந்த வேலையில் நீடித்திருங்கள், ஆனால் மனரீதியாகவும் உணர்ச்சிரீதியாகவும் அதிலிருந்து விலகிவிடுங்கள். புதிய வாய்ப்புகளைக் கண்டுபிடிப்பதை உங்களுடைய வேலையாக ஆக்கிக் கொள்ளுங்கள்.

தினமும் தன் முயற்சியைத் தொடர்கின்ற ஒரு கற்றுக்குட்டிதான் ஒரு வல்லுநராக ஆகிறார்.

யாரும் ஒரு வல்லுநராகப் பிறப்பதில்லை.

தொடர்ந்து முயற்சிக்கின்ற ஒரு
கற்றுக்குட்டிதான் ஒரு வல்லுநராக ஆகிறார்.

செயல்முறையை நேசிக்கின்ற ஒரு
கற்றுக்குட்டிதான் ஒரு வல்லுநராக ஆகிறார்.

நெடுநேரம் தொலைக்காட்சி பார்ப்பதை
விடுத்துப் பயிற்சியையும் உறக்கத்தையும்
தேர்ந்தெடுக்கின்ற ஒரு கற்றுக்குட்டிதான் ஒரு
வல்லுநராக ஆகிறார்.

பார்வையாளர்கள் யாரும் இல்லாதபோதும்
கடுமையாகப் பயிற்சி செய்கின்ற ஒரு
கற்றுக்குட்டிதான் ஒரு வல்லுநராக ஆகிறார்.

எதுவுமே வேலை செய்யவில்லை
என்பதுபோலத் தோன்றும்போதும்
விடாமுயற்சியுடன் தொடர்கின்ற ஒரு
கற்றுக்குட்டிதான் ஒரு வல்லுநராக ஆகிறார்.

ஒரு கற்றுக்குட்டி என்று தான் அழைக்கப்படுவதை ஏற்றுக் கொள்ள மறுக்கின்ற ஒரு கற்றுக்குட்டிதான் ஒரு வல்லுநராக ஆகிறார். தங்களுடைய கடின உழைப்பு தங்கள் சார்பில் பேச அவர்கள் விட்டுவிடுகின்றனர்.

சாக்குப்போக்குகளை விடுத்து ஒழுங்கைத் தேர்ந்தெடுப்பவரே ஒரு வல்லுநராவார்.

விஷயங்கள் இனி முன்புபோல இருக்காது என்பதை நீங்கள் அறிந்திருக்கும்போதும் மன்னிப்புக் கேளுங்கள்.

ஏனெனில், நீங்கள் மன்னிப்புக் கேட்டாக வேண்டும்.

நீங்கள் மன்னிக்கப்பட மாட்டீர்கள் என்பதை நீங்கள் அறிந்திருக்கிறீர்கள்.

ஆனாலும் நீங்கள் மன்னிப்புக் கேட்க வேண்டும்.

ஏனெனில், செய்வதற்குச் சரியான விஷயம் அதுதான்.

அடுத்தவர் அதைத்தான் நாடுகிறார்.

ஓர் உறவில் அடுத்தவருக்கான நம்முடைய பங்கு இதுதான்.

உங்களைப் பொறுத்தவரை, தவறு உங்கள்மீது இல்லை. ஆனால், நீங்கள் மன்னிப்புக் கேட்பதுதான் அடுத்தவரை மீட்கும் என்றால், செய்வதற்கான சரியான விஷயம் அதுதான்.

சரியான செயலைச் செய்வதற்கு ஒருபோதும் காரணங்கள் இருப்பதில்லை.

சரியான செயல்தான் உச்சகட்டக் காரணமாக இருக்கிறது.

நீங்கள் எவ்வாறு நடத்தப்படுகிறீர்கள் என்பதைக் கொண்டு உங்களுடைய மதிப்பை அளவிடாதீர்கள்.

உலகம் தான் விரும்புகின்ற விதத்தில்தான் உங்களை நடத்தும்.

அதை உங்களால் கட்டுப்படுத்த முடியாது.

நீங்கள் யார் கூறுவதைக் கேட்கப் போகிறீர்கள் என்பதை மட்டுமே உங்களால் தேர்ந்தெடுக்க முடியும்.

உங்களைச் சரியாக நடத்தாதவர்களைக் கொண்டு நீங்கள் உங்கள் மதிப்பை அளவிட்டால், அதற்கு நீங்கள்தான் பொறுப்பு.

உங்களை மதிக்கின்ற ஒருவர் எங்கோ இருக்கிறார்.
உங்களை மதிக்கின்ற முதல் நபர் நீங்களாக இருக்கட்டும்.

நீங்கள் இன்று எத்தகைய உணர்வை அனுபவித்துக் கொண்டிருந்தாலும் சரி, அது மெல்ல மெல்ல மறைந்துவிடும்.

மிக மோசமான ஒன்றை நீங்கள் கற்பனை செய்கிறீர்கள்.

அது நிகழும்போது, அது மோசமானதுபோலத்தான் தோன்றும்.

நீங்கள் தினமும் கண்விழிக்கும்போது, அதுதான் நீங்கள் நினைக்கின்ற முதல் விஷயமாக இருக்கும்.

திடீரென்று ஒரு நாள் அது மாயமாய் மறைந்து போகும்வரை!

இன்று நீங்கள் எவ்வளவு மகிழ்ச்சியாக இருந்தாலும் சரி அல்லது எவ்வளவு வருத்தமாக இருந்தாலும் சரி, நாளைக்கு அது உங்களுக்கு நினைவிருக்காது.

நம்முடைய உணர்ச்சிகளும் உணர்வுகளும் தற்காலிகமானவை. அவை நிரந்தரமானவை என்று நாம் நினைக்கிறோம்.

உங்கள் வாழ்விலேயே மிக மோசமானது என்று நீங்கள் கருதுகின்ற விஷயம் மிகவும் மோசமானது அல்ல.

பெரும்பாலான விளையாட்டுகள் மைதானங்களில் விளையாடப்படுவதில்லை.

அவை மனத்தில் விளையாடப்படுகின்றன!

சிறந்த விளையாட்டு வீரர்கள் தங்களுடைய மனத்தைப் பயிற்றுவிப்பதற்குப் பயிற்றுவிப்பாளர்களை வைத்திருக்கின்றனர்.

ஆயிரக்கணக்கான கண்கள் பார்த்துக் கொண்டிருக்கும்போது, அவர்கள் அந்த அழுத்தத்தின் கீழ் விளையாடியாக வேண்டும்.

ஊடகங்களின் கழுகுப் பார்வையைக் கண்டுகொள்ளாமல் விளையாடியாக வேண்டும். மனவேதனையை அனுபவித்துக் கொண்டிருந்தாலும் அவர்கள் தங்களால் முடிந்த அளவு சிறப்பாக விளையாடியாக வேண்டும்.

விளையாட்டுகள் உடல்ரீதியானவை மட்டுமல்ல. ஏனெனில், உடல்ரீதியாக யாராலும் வலிமையானவராக ஆக முடியும்.

விளையாட்டுகள் பெரும்பாலும் மன விளையாட்டை உள்ளடக்கியவையாக இருக்கின்றன. யாரும் அதைப் பார்ப்பதில்லை — உங்களைத் தவிர!

மனக் கட்டுப்பாடும், எதன்மீது கவனம் செலுத்துவது என்பதைத் தீர்மானிப்பதிலுள்ள இன்பமும்தாம் விளையாட்டு மைதானத்தில் வெற்றிக்கு வழி வகுக்கின்றன.

அக உலகம்தான் புற உலகை உருவாக்குகிறது. எப்போதும்!

கற்றலுக்கான மிகப் பெரிய முட்டுக்கட்டை அகங்காரம்தான்!

உங்கள் அகங்காரம், வயதில் உங்களைவிட இளையவர்களிடம் கேள்விகள் கேட்பதிலிருந்து உங்களைத் தடுக்கிறது.

எனக்கு எல்லாம் தெரிந்திருக்க வேண்டும்!

நான் எப்படி இவ்வளவு வெகுளியாக இருந்தேன்?

அவர்களிடம் கேட்காமல் என்னால் செய்ய முடியாது என்பது சாத்தியமில்லை.

அகங்காரம் ஒரு நீர்க்குமிழி. அதை உடைத்துவிட்டு, வெளியே என்ன இருக்கிறது என்று பார்ப்பதற்குப் பதிலாக, அதைப் பாதுகாப்பதில் நம்முடைய ஆற்றலின் பெரும் பகுதியை நாம் செலவிடுகிறோம்.

உங்களுக்கு என்ன தெரியாது என்பதைத் தெரிந்து கொள்வது சக்தியாகும்.

உங்களுக்குத் தெரியாததைக் கேட்டுக் கற்றுக் கொள்வது மகாசக்தியாகும்.

உங்களுக்கு ஐந்தாண்டுகால அனுபவம் இருப்பதாக நீங்கள் கூறும்போது, அது ஐந்து ஆண்டுகால அனுபவமா அல்லது மீண்டும் மீண்டும் ஐந்து முறை பெறப்பட்ட ஓராண்டுகால அனுபவமா?

ஒரே விஷயத்தைப் பல ஆண்டுகாலம் மீண்டும் மீண்டும் செய்வது உங்களை அனுபவசாலி ஆக்குவதில்லை. வித்தியாசமான விஷயங்களையும், உங்களை உங்களுடைய சௌகரிய வட்டத்திற்கு வெளியே கொண்டுவருகின்ற விஷயங்களையும் செய்வது, தொடர்ந்து ஆர்வத்துடன் இருப்பது, உங்களுக்குக் கிடைத்துள்ள விருதுகளில் ஒருபோதும் குளிர்காய்ந்து கிடக்காமல் இருப்பது, உங்களுடைய அறிவை விசாலமாக்குவது – இவற்றின் தொகுப்புதான் அனுபவம்.

சௌகரியமாக இருக்கிறது என்பதற்காக ஒரே விஷயத்தைச் செய்து கொண்டு வாழ்வது அனுபவமாகாது. அனுபவத்தைப் பெறாமல் இருப்பதற்கு நீங்கள் செய்கின்ற காரியம் அது.

உங்களுடைய சௌகரிய வட்டத்திலிருந்து எவ்வாறு வெளியேறுவது என்பதைக் கற்றுக் கொள்வது மட்டும்தான் நீங்கள் பின்பற்ற வேண்டிய ஒரே வழியாகும். ஒவ்வொரு சௌகரிய வட்டமும், சௌகரியம் என்ற பெயரில் உங்கள் வாழ்க்கையை அதிகக் கடினமானதாக ஆக்குவதற்காக வடிவமைக்கப்பட்ட ஒரு சிறையாகும்.

சௌகரியத்திற்குள் சிக்கிக் கொள்ளாதீர்கள்.

ஒரு வழிகாட்டியைக் கண்டுபிடிப்பது ஒவ்வொருவரும் மேற்கொள்ள வேண்டிய ஒரு பயணமாகும்.

உங்களுடைய வழிகாட்டியாக இருத்தல் என்ற சுமையை ஒரே ஒருவரின்மீது ஏற்றி வைக்காதீர்கள்.

உங்கள் வாழ்வின் பல்வேறு அம்சங்களுக்குப் பல்வேறு வழிகாட்டிகளை வைத்துக் கொள்ளுங்கள்.

அதிக வயதானவர்களும் அதிக அனுபவம் வாய்ந்தவர்களும் மட்டுமே வழிகாட்டிகளாக இருக்க முடியும் என்று நினைக்காதீர்கள்.

உங்களுடைய நிபுணத்துவ நிலையைவிட மிக உயர்ந்த நிலையில் இருக்கின்ற வழிகாட்டிகளை நீங்கள் தேர்ந்தெடுக்கும்போது, நீங்கள் ஏராளமானவற்றைத் தவறவிடக்கூடும். நீங்கள் நாடுகின்ற விஷயங்கள் அவர்களுக்கு வெளிப்படையானவையாக இருக்கும். எனவே, உங்களுக்கு ஒரு விளக்கம் தேவை என்பதைக்கூட அவர்கள் உணர மாட்டார்கள்.

உங்களுடைய வயதையும் அனுபவத்தையும் ஒத்த வயதையும் அனுபவத்தையும் கொண்டவர்களை வழிகாட்டிகளாகத் தேர்ந்தெடுக்கும்போது, அவர்கள் உங்கள் பிரச்சனைகளைப் புரிந்து கொள்கின்றனர். அவர்கள் உங்கள் பிரச்சனைகளை அடிக்கோடிட்டுக் காட்டுகின்றனர். தங்களுக்குக் கிடைத்திருந்தால் நன்றாக இருந்திருக்குமே

என்று அவர்கள் நினைக்கின்ற பரிந்துரைகளை அவர்கள் உங்களுக்கு வழங்குகின்றனர்.

ஒரே நேரத்தில், வாழ்வின் வெவ்வேறு அம்சங்களுக்கு வெவ்வேறு வழிகாட்டிகளைக் கொண்டிருங்கள். நீங்கள் எதிர்கொண்டுள்ள பிரச்சனையை மிகச் சமீபத்தில் எதிர்கொண்டு சமாளித்தவர்களைத் தேர்ந்தெடுங்கள்.

பெரும்பாலான மக்கள், வழிகாட்டிகளைத் தேர்ந்தெடுப்பதை ஓர் உயர்தர உணவகத்தில் சான்ட்விச்சுகளை வாங்குவதைப்போல நினைத்துக் கொள்கின்றனர். கடந்த பத்து ஆண்டுகளாக அந்த உணவகம் செயல்பட்டு வந்துள்ளது என்பதற்காக அவர்கள் அங்கே சென்று வாங்குகின்றனர்.

வழிகாட்டிகளைத் தேர்ந்தெடுப்பது என்பது உண்மையில் ‘சப்வே சான்ட்விச்’சைத் தேர்ந்தெடுப்பதைப் போன்றது. எல்லாவற்றையும் நீங்கள்தான் தீர்மானிக்கிறீர்கள்.

‘அது என் வேலை அல்ல’

= ஒரு புதிய நிறுவனத்திற்குச் சாவுமணி

= ஒரு பெரிய நிறுவனத்தின் உயிர்நாடி

ஒரு புதிய நிறுவனத்தில், நீங்கள் பல பாத்திரங்களை வகிக்கக்கூடும். ஏனெனில், அது ஒரு சிறிய நிறுவனம்.

‘அது என் வேலை அல்ல’ என்ற மனப்போக்கு உங்களை மட்டுப்படுத்துகிறது. ஏனெனில், இல்லாத எல்லைகளுக்குள் நீங்கள் இப்போது வாழ்ந்து கொண்டிருக்கிறீர்கள்.

ஒரு பெரிய நிறுவனத்தில், ஒவ்வொருவரும் தங்களுடைய பாத்திரங்களில் நிபுணத்துவம் பெற்றவர்களாக இருக்கின்றனர்.

‘அது என் வேலை அல்ல’ என்ற மனப்போக்கு பெரும்பாலும் உதவுகிறது. ஏனெனில், ஒவ்வொருவரும் தங்களுடைய வேலையைச் சிறப்பாகச் செய்வதற்கு அது வழியமைக்கிறது.

நீங்கள் உங்களுடைய ஆழ்விருப்பத்தைக் கண்டுபிடிப்பதில்லை.

நீங்கள் உங்களுடைய ஆழ்விருப்பத்தை வளர்த்துக் கொள்கிறீர்கள்!

முதல் நாளன்றே உங்களை எம்.எஃப். உசேனாகவோ, ஏ.ஆர். ரகுமானாகவோ அல்லது சச்சின் டெண்டுல்கராகவோ ஆக்குவது அல்ல ஆழ்விருப்பம்.

ஓவியம் வரைய வேண்டும், இசையமைக்க வேண்டும், கிரிக்கெட் விளையாட வேண்டும் என்று உங்களுக்கு ஏற்படுகின்ற அந்தச் சிறிய உள்ளார்ந்த தூண்டுதல்தான் ஆழ்விருப்பம். தினமும் பேணி வளர்க்கும்வரை உங்களைவிட்டுப் போக மறுக்கின்ற தூண்டுதல் அது.

ஆழ்விருப்பம் என்பது விடாமுயற்சி. ஏனெனில், நீங்கள் விலகாமல் இன்னும் அதிலேயே இருப்பதற்கு அதுதான் காரணம்.

ஆழ்விருப்பம் என்பது நீங்கள் அதில் ஏற்கெனவே சிறப்பானவராக இருந்தாலும் தினமும் அதை மேற்கொள்வதாகும்.

ஆழ்விருப்பம் என்பது கடின உழைப்பை சுவீகரிப்பதாகும். ஏனெனில், அதை சுவீகரிக்காமல் இருப்பது அதிகக் கடினமாக இருக்கும்!

‘எக்ஸெல் ஷீட்’டின் அடிப்படையில் தீர்மானம் எடுப்பதை விடுத்து, தங்கள் இதயத்தின் அடிப்படையில் தீர்மானங்கள் எடுக்கின்ற மக்களின் எண்ணிக்கையை நினைத்தால் வியப்பாக இருக்கிறது!

தங்கள் இதயத்தின் அடிப்படையில் தீர்மானம் எடுப்பதை விடுத்து, ‘எக்ஸெல் ஷீட்’டின் அடிப்படையில் தீர்மானங்கள் எடுக்கின்ற மக்களின் எண்ணிக்கையை நினைத்தால் வியப்பாக இருக்கிறது!

பணத்தைப் பற்றிய தீர்மானங்கள் ஒரு ‘எக்ஸெல் ஷீட்’டின் மூலம் சிறப்பாக மேற்கொள்ளப்படுகின்றன.

மக்களைப் பற்றிய தீர்மானங்கள் உங்கள் இதயத்தின் மூலம் சிறப்பாக மேற்கொள்ளப்படுகின்றன.

நாம் அனைவருமே முடிவின்றிக் கேள்வி கேட்பதற்கான உள்ளார்ந்த திறனோடு பிறந்தோம்.

பிறகு பள்ளிக்கூடமும் பெற்றோரும் அத்திறனைக் கொன்றுவிட்டனர்!

நாம் குழந்தைகளாக இருந்தபோது, நம்மிடம் எந்தப் பிரச்சனையும் இருக்கவில்லை.

ஆனால், கேள்விகள் கேட்பது ஒரு தவறான விஷயம் என்று நம்முடைய சூழல் நம்மிடம் கூறியது.

அபத்தமான கேள்விகள் கேட்காதே.

உன் வாயை மூடு.

அது முட்டாள்தனமானது!

இதெல்லாம் சுத்தப் பொய்!

கேள்விகள் கேட்பதில் தவறில்லை.

அதிகமாகத் தெரிந்து கொள்வதற்கு உண்மையிலேயே ஆர்வம் கொள்வதில் தவறில்லை.

மற்றவர்கள் 'முட்டாள்தனமானது' என்று நினைத்தாலும் கேட்பதில் எந்தத் தவறும் இல்லை.

ஆர்வக்குறுகுறுப்புடன் இருப்பது சரியல்ல என்று கருதப்பட்டதால் நீங்கள் உங்களை அடக்கி வைத்துவிட்டிருக்கக்கூடும். ஆனால், தாங்கள் முட்டாள் என்று

அழைக்கப்பட்டுவிடுவோமோ என்று பயப்படுகின்ற மக்கள் உள்ள ஓர் உலகில், உங்களுடைய ஆர்வத்தைப் பேணி வளர்ப்பதுதான் நீங்கள் செய்யக்கூடிய மிகவும் துணிகரமான செயலாக இருக்கும்.

நீங்கள் வெற்றி பெற்றவுடன், மக்கள் வெற்றியை மட்டுமே பார்க்கின்றனர்.

நீங்கள் தோல்வியுற்றால், அவர்கள் தோல்வியை மட்டுமே பார்க்கின்றனர்.

பயணத்தை அவர்கள் பார்ப்பதில்லை. நீங்கள் மட்டுமே அதைப் பார்க்கிறீர்கள். இந்தப் பயணத்தில்தான் உங்கள் வாழ்க்கை வாழப்பட்டது!

அந்த ஒரு 'மாபெரும் வெற்றி'க்கு முன்பு நிகழ்ந்த எண்ணற்றத் தோல்விகளை யாரும் பார்ப்பதில்லை.

நீங்கள் 'தோற்றிருந்தாலும்' எப்படி நீங்கள் உங்களுடைய பழக்கங்களிலிருந்தும் அமைப்புமுறைகளிலிருந்தும் மீண்டு வந்தீர்கள் என்பதை யாரும் பார்ப்பதில்லை. ஏனெனில், 'நீங்கள் தோற்றுவிட்டீர்கள்' என்ற இறுதி விளைவின்மீது மட்டுமே அவர்கள் கவனம் செலுத்துகின்றனர்.

வெற்றி மற்றும் தோல்விச் செயல்முறையின்போது நீங்கள் யாராக உருவெடுத்தீர்கள் என்பதுதான் மிக முக்கியமானது.

வேறு யாரும் அதைப் பார்க்க மாட்டார்கள். நீங்கள் மட்டும்தான் பார்ப்பீர்கள்.

அப்படியே இருந்துவிட்டுப் போகட்டும். ஏனெனில், அது உங்களுடைய உண்மையான

வாழ்க்கை. வெற்றி அல்லது தோல்வி அதன் விளைவாக உருவான ஒன்று. நீங்கள் என்ன செய்தீர்கள், நீங்கள் யாராக உருவானீர்கள் என்பது உங்கள் வாழ்வின் உண்மையான சாரமாகும்.

வெற்றியும் தோல்வியும் வெறும் வெளியீடுகளே. அந்த இடத்தை அடைவதற்கு நீங்கள் உங்கள் இதயத்தில் சுமக்கின்ற விஷயம் மறுக்கப்பட முடியாதது.

மக்கள் உங்களைப் பற்றி என்ன நினைப்பார்கள் என்பது பற்றி நீங்கள் அடிக்கடிக் கவலைப்பட்டால், நீங்கள் என்ன செய்ய வேண்டும் என்று அவர்கள் விரும்புகிறார்களோ அதைத்தான் நீங்கள் செய்வீர்கள்.

மக்கள் உங்களுடைய தீர்மானங்களை விரும்ப மாட்டார்கள் என்று நீங்கள் கவலைப்பட்டால், அவர்களை மகிழ்விக்கின்ற தீர்மானங்களைத்தான் நீங்கள் எடுப்பீர்கள்.

மக்களுடைய அபிப்பிராயங்களைப் பற்றி நீங்கள் கவலைப்படவில்லை என்றால், நீங்கள் விரும்புவதை நீங்கள் செய்வீர்கள்.

மக்கள் உங்களைப் பற்றி என்ன நினைக்கிறார்கள் என்று சிந்திப்பது, உங்களுக்கு முன்னால் மட்டுமே கம்பிகள் இருக்கின்ற ஒரு சிறையில் வாழ்வதைப் போன்றது. பக்கவாட்டில் ஓடுவதற்குத் திறந்த வெளி இருக்கிறது. ஆனாலும், நீங்கள் அந்தக் கம்பிகளுக்குப் பின்னால் தொடர்ந்து இருப்பதைத் தேர்ந்தெடுக்கிறீர்கள்.

அக்கம்பிகளுக்கு வெளியே வருவதற்கான எளிய சூத்திரம் என்ன?

"எனக்கு என்ன வேண்டும்?" என்று உங்களை நீங்களே கேட்டுக் கொள்வதுதான்.

நம் வாழ்வில் நமக்கு நிகழ்கின்ற கிட்டத்தட்ட அனைத்தையும் தீர்மானிக்கின்ற 3 உறவுகள்.

- **பணத்துடனான நம் உறவு.**
- **நேரத்துடனான நம் உறவு.**
- **நம்முடனான நம் உறவு.**

ஒரு பட்டயக் கணக்காளர் வண்ணமயமான ஒரு தன்விபரக் குறிப்பை உருவாக்க வேண்டும் என்று யாரும் எதிர்பார்ப்பதில்லை.
ஓர் இசைக் கலைஞர் ஒரு ‘எக்ஸெல் ஷீட்’ முன்மொழிவை அனுப்ப வேண்டும் என்று யாரும் எதிர்பார்ப்பதில்லை.
ஒரு பொறியாளர் ஒரு காணொளியின் வடிவில் தன்விபரக் குறிப்பை அனுப்ப வேண்டும் என்று யாரும் எதிர்பார்ப்பதில்லை.

துல்லியமாக அதனால்தான் அவர்கள் அதைச் செய்ய முயற்சிக்க வேண்டும்!

வழக்கத்தை உடைத்தெறிவது அடுத்தவர்களுடைய கவனத்தை ஈர்ப்பதற்கான ஒரு சிறந்த வழியாகும்!

உங்கள் தன்விபரக் குறிப்பை வழக்கமான பாணியில் அன்றி, நீங்கள் எத்தகையவர் என்பதை எடுத்துரைக்கும் விதமாகத் தயாரித்து அனுப்பினால், பெரும்பாலான நிறுவனங்கள் இரண்டு வழிகளில் எதிர்வினையாற்றும்:

- *அவர்கள் உங்களை வெறுப்பர்*
- *அல்லது அவர்கள் உங்களை நினைவில் வைத்திருப்பர்*

இரண்டுமே நல்ல அறிகுறிகள்தாம்.

“ஒருவேளை நான் நிராகரிக்கப்பட்டால்?”
நீங்கள் வித்தியாசமானவராக இருக்க வேண்டும்

என்று எதிர்பார்க்கின்ற ஓரிடத்திற்கு நீங்கள் ஒரு வழக்கமான தன்விபரக் குறிப்பை அனுப்பி வைத்து, அதனால் நீங்கள் நிராகரிக்கப்பட்டால்?

நீங்கள் நீங்களாக இருப்பதுதான் அடுத்தவருடைய கவனத்தைக் கவர்வதற்கான ஆற்றல்வாய்ந்த வழியாகும். பெரும்பாலான மக்களுக்கு அது கிலியூட்டுகிறது. அதனால்தான் பெரும்பாலானோர் அவ்வாறு செய்வதில்லை.

வழக்கத்திற்கு மாறானதைச் செய்வதில் தற்காலிகமான அசௌகரியம் இருக்கிறது.

வாழ்க்கையை ஒரு 'வார்ப்பு'போல வாழ்வதில் நிரந்தர அசௌகரியம் இருக்கிறது.

உங்களுடைய சொந்தப் பாதையில் நடப்பது பயமுறுத்துவதாகவும் அசௌகரியமூட்டுவதாகவும் இருக்கும்.

அதைவிட அதிகமாக பயமூட்டும் விஷயம் எது தெரியுமா? எல்லோரும் நடந்து சென்றுள்ள பாதையில் நடந்து சென்று, இறுதியில், நீங்கள் அப்பாதையில் நடக்க ஒருபோதும் விரும்பியதில்லை என்பதை உணர்வதுதான்.

பாரம்பரியச் சங்கிலிகளைத் தகர்த்து, உங்கள் சொந்த விஷயத்தைச் செய்வதற்கு ஏராளமான எதிர்ப்பு இருக்கும். ஆனால், உங்களுக்குள் எழக்கூடிய உள்ளார்ந்த எதிர்ப்பிலிருந்து உங்கள் வாழ்நாள் முழுதும் அது உங்களைப் பாதுகாக்கும். நீங்கள் உங்கள் சொந்தப் பாதையைத் தேர்ந்தெடுப்பதற்கும், பின்வருத்தங்களைத் தவிர்ப்பதற்கும், மகிழ்ச்சியை அனுபவிப்பதற்கும் அது வழி வகுக்கும்.

நீங்கள் நீங்களாக இருந்து, ஓராண்டுகாலம் விமர்சனங்களைத் தாங்கிக் கொள்ளலாம்.

அல்லது, நீங்கள் வேறொருவராக இருந்து, கண்ணாடியில் உங்களை ஒருபோதும் எதிர்கொள்ளாமல் இருக்கலாம்.

நீங்கள் நீங்களாக இருப்பது மந்தையிலிருந்து தப்பியோடுவதற்கான சுலபமான வழியாக இருக்கும்போது, நீங்கள் ஏன் இன்னொருவரைப்போல இருப்பதைத் தேர்ந்தெடுக்க வேண்டும்?

நீங்கள் உங்களுடைய திறமைகளை வளர்த்தெடுக்கும்போது, கூடவே உங்களுடைய நன்மதிப்பையும் வளர்த்தெடுப்பது மிக முக்கியமான விஷயமாகும்.

மக்களைப் பின்வருமாறு சொல்ல வைப்பதுதான் உங்கள் இலக்கு: "அவருக்கு இதைச் செய்யத் தெரியுமா என்பது எனக்குத் தெரியவில்லை. ஆனால், இதைச் செய்யும்படி அவரிடம் கூறப்பட்டால், நிச்சயமாக அவர் அதற்கு ஒரு வழியைக் கண்டுபிடிப்பார். நான் அவரை நம்புகிறேன்."

தவறு 1

நான் படிப்பில் சிறந்து விளங்கியதால் நான் என் படிப்பைத் தொடர்ந்தேன். ஆனால் அது என்னை மகிழ்ச்சிப்படுத்தியதா என்று நான் ஒருபோதும் என்னைக் கேட்கவில்லை.

நீங்கள் ஒரு விஷயத்தில் சிறப்பானவராக இருக்கிறீர்கள் என்பதற்காக, அதைச் செய்வது உங்களுக்கு மகிழ்ச்சியளிக்க வேண்டிய அவசியமில்லை.

தவறு 2

புகைபிடிப்பவர்கள், மது அருந்துபவர்கள், ஒவ்வொரு வார இறுதியிலும் கேளிக்கை விருந்துகளில் கலந்து கொள்பவர்கள் ஆகியோரை நான் மட்டமாக நினைத்தேன்.

அவர்கள் தோல்வியாளர்கள் என்றும், இவ்வுலகம் சீரழிவதற்கு அவர்கள்தாம் காரணம் என்றும் நான் கருதினேன்.

உள்ளூர நீங்கள் யாராக இருக்கிறீர்களோ அதுதான் உங்களை வரையறுக்கிறதே அன்றி, நீங்கள் செய்யும் காரியங்கள் அல்ல.

தவறு 3

என்னை நவநாகரீகமானவனாகத் தோன்றச் செய்த புத்தகங்களை நான் படித்தேன். அவற்றிலிருந்து என்னால் என்ன கற்றுக் கொள்ள முடியும் என்பது புரியாமலேயே

நான் அவற்றைப் படித்தேன். புரிதல் பின்னாளில்தான் ஏற்பட்டது.

நீங்கள் யாருடன் சுற்றித் திரிகிறீர்கள் என்பதற்காக மக்கள் உங்களை நினைவில் வைத்துக் கொள்வதில்லை.

அந்நபர்களால் நீங்கள் யாராக ஆகிறீர்கள் என்பதை அவர்கள் நினைவில் வைக்கின்றனர்.

தவறு 4

துயரத்தில் இருந்த ஒவ்வொருவருக்கும் உதவ நான் கடமைப்பட்டிருந்ததாக நான் உணர்ந்தேன்.

அவர்கள் தொடர்ந்து மகிழ்ச்சியற்று இருந்தால், என்னை நான் குறை கூறினேன்.

உங்களுடைய சொந்த மகிழ்ச்சியைப் பேணுவதுதான் உங்களுக்கும் மற்றவர்களுக்கும் நீங்கள் கொடுக்கக்கூடிய மிகச் சிறந்த பரிசாகும்.

தவறு 5

பணமின்மைதான் நம்முடைய குடும்பப் பிரச்சனைகள் அனைத்திற்கும் காரணம் என்று நான் நினைத்தேன்.

பணம் வந்துவிட்டால், இனி எந்தப் பிரச்சனையும் இருக்காது என்று நான் நினைத்தேன்.

நாம் விரும்புவது நமக்குக் கிடைத்தவுடன் எவ்வாறு எல்லாம் சரியாகிவிடும் என்பது

பற்றி நமக்கு நாமே சொல்லிக் கொள்கின்ற கதைகள்தாம் நம்முடைய பிரச்சனைகள்.

தவறு 6

பணக்காரக் குழந்தைகளுக்கு எல்லாமே ஒரு வெள்ளித் தாம்பாளத்தில் வழங்கப்பட்டுவிடுவதாலும், போராட்டம் என்றால் என்னவென்று அவர்களுக்குத் தெரியாது என்பதாலும் வாழ்க்கையில் அவர்களால் ஒருபோதும் எதையும் சாதிக்க முடியாது என்று நான் நினைத்தேன்.

அவர்களுடைய அனுகூல நிலை அவர்களுக்குத் தீங்கு விளைவிக்கும் என்று நான் நினைத்தேன்.

நம்முடைய அனுகூல நிலை நமக்குத் தீங்கு விளைவிப்பதில்லை.

நம்முடைய சொந்த அனுகூல நிலையைப் பற்றிய நம்முடைய விழிப்புணர்வின்மைதான் நமக்குத் தீங்கு விளைவிக்கிறது.

தவறு 7

நான் குப்பை உணவை உட்கொண்டேன், கண்ட கண்ட நேரத்தில் தூங்கினேன், என் உடலைப் புறக்கணித்தேன். நாளைக்கு இதையெல்லாம் நான் சரி செய்துவிடுவேன் என்று எனக்கு நானே கூறி வந்தேன்.

ஒரு சாக்குப்போக்கு என்பது நீங்கள் யாராக இருக்கிறீர்களோ அதற்கும், நீங்கள் யாராக இருக்க விரும்புகிறீர்களோ அதற்கும் இடையேயான தூரமாகும்.

தவறு 8

மக்களைத் திருப்திப்படுத்த நான் உண்மையிலேயே கடினமாக முயன்றேன். அவர்கள் என்னை விரும்ப வேண்டும், என்னைப் பற்றி உயர்வாக நினைக்க வேண்டும், என்னைப் பற்றி உயர்வாகப் பேச வேண்டும் என்று நான் விரும்பினேன்.

உங்களுடைய மகிழ்ச்சி இன்னொருவருடைய அங்கீகாரத்தைச் சார்ந்திருந்தால், உங்கள் மகிழ்ச்சி உங்கள் கட்டுப்பாட்டில் இல்லாத எதையோ சார்ந்திருக்கிறது என்று அர்த்தம்.

தவறு 9

வங்கியில் நான் கடன் வாங்கினேன்.

ஏனெனில், அப்போது என்னிடம் பணம் இருக்கவில்லை.

ஆனால் நான் தொடர்ந்து என்னிடம், "எதிர்காலத்தில் என்னிடம் பணம் இருக்கும். அதனால் இப்போது கடன் வாங்குவதில் தப்பில்லை," என்று கூறிக் கொண்டிருந்தேன்.

இக்கணத்தில் ஒரு விஷயத்திற்கு உங்களிடம் பணம் இல்லை என்றால், உங்களிடம் பணம் 'இல்லை' என்று அர்த்தம்.

தவறு 10

உளவியல், தொழில் அறநெறிகள், மனித வளம் போன்ற விஷயங்கள் தேவையில்லை என்றும், அவை முக்கியமானவையல்ல என்றும் நான் நினைத்தேன்.

தொழில் என்பது நிதியையும் சந்தைப்படுத்துதலையும் பற்றியது.

தொழில் என்பது மக்களைப் பற்றியது.

அவர்களை எந்த அளவு தெரிந்து வைத்திருக்கிறீர்கள் என்பதைப் பற்றியது.

அவர்களை எவ்வாறு நடத்துகிறீர்கள் என்பதைப் பற்றியது.

தவறு 11

நான் சிறப்பாகவும் தன்னம்பிக்கையுடனும் பேசினால், நான் பேசும் விஷயத்தில் ஆழமில்லை என்ற உண்மையை அது மறைத்துவிடும் என்று நான் அனுமானித்தேன்.

மேடையில் உங்களால் பொய்யுரைக்க முடியாது.

உங்கள் இதயத்திற்குள் என்ன இருக்கிறது என்பதைப் பார்வையாளர்கள் எப்போதும் அறிவர்.

தவறு 12

மக்கள் தங்களுடைய பிரச்சனைகளுடன் என்னை அணுகினால், நான் அவற்றுக்குத் தீர்வு காண்பதில் செலவிடக்கூடிய நேரத்திற்கு அவை தகுதியானவையா இல்லையா என்பதைத் தீர்மானிப்பதுதான் என் வேலை.

அது தகுதியானதுதான் என்றால், அதைத் தீர்ப்பது என் வேலை.

யாரையும் எடைபோடாமல் அவருடைய பேச்சைக் காது கொடுத்துக் கேட்பதுதான் ஒருவருக்கு நீங்கள் கொடுக்கக்கூடிய மிகவும் விலையுயர்ந்த பரிசாகும்.

தவறு 13

என்னிடம் ஒரு திட்டம் இருந்தாக வேண்டும்.

ஒரு திட்டம்தான் வாழ்வில் எந்தவோர் இடத்தையும் அடைவதற்கான ஒரே வழியாகும்.

உங்களிடம் ஒரு திட்டம் இல்லாவிட்டால், நீங்கள் எங்கும் போய்ச் சேர்வதற்கு எந்த வாய்ப்பும் இல்லை.

ஒரு திட்டம் இல்லாமல் இருந்து, அது குறித்து எந்தக் கவலையும் இல்லாமல் இருப்பதுதான் சிறந்த திட்டமாகும்.

தவறு 14

நான் என்னைச் சுற்றிலும் பார்த்தபோது, நம்முடைய வாழ்க்கையை சௌகரியமானதாக ஆக்குவதற்காகவே எல்லாம் வடிவமைக்கப்பட்டிருந்தது என்பதை நான் கண்டேன்.

எனவே, வாழ்க்கையை சௌகரியமானதாக ஆக்கிக் கொள்வதுதான் வாழ்வின் நோக்கம் என்று நான் அனுமானித்துக் கொண்டேன்.

சௌகரியக் கிடுக்கிப்பிடியைத் தவிர்ப்பதுதான் நீங்கள் யாராக இருக்கிறீர்களோ அதற்கும், உங்களால் யாராக இருந்திருக்க முடியுமோ

அதற்கும் இடையேயான வேறுபாடாகும்.

தவறு 15

நான் ஏதோ சொல்லி, ஏதோ எழுதி, அல்லது ஏதோ பகிர்ந்து கொண்டபோது யாரும் அதைக் கண்டுகொள்ளாமல் இருந்தாலோ அல்லது அவற்றுக்குப் பதிலளிக்காமல் இருந்தாலோ நான் விரக்தியடைந்தேன்.

தங்களுடைய நேரத்தையும் பணத்தையும் உங்களுக்குக் கொடுப்பதற்கு யாரும் கடமைப்பட்டிருக்கவில்லை. நீங்கள்தான் ஒவ்வொரு நாளும் நீங்கள் செய்கின்ற வேலையின் மூலம் அதைச் சம்பாதிக்க வேண்டும்.

தவறு 16

நான் வேகமாகப் பணம் சம்பாதிக்கவும், என் பெற்றோருக்கு ஒரு வீட்டை வாங்கிக் கொடுக்கவும், ஓர் ஆடம்பரக் காரை வாங்கவும், விடுமுறைகளுக்குப் போயாகவும் வேண்டியிருந்தது. நான் விரைவாகப் பணம் சம்பாதித்து ஏகப்பட்டப் பொருட்களை வாங்கியாக வேண்டியிருந்தது.

பணத்தால் உங்களுக்குப் பொருட்களை வாங்கிக் கொடுக்க முடியும். ஆனால், அது உங்களுக்குப் பெற்றுக் கொடுக்கின்ற மிகப் பெரிய விஷயம் சுதந்திரம்தான். பொருட்களிடமிருந்தும் சுதந்திரம்!

தவறு 17

நான் தொடர்ந்து கடினமாக உழைத்தால், இறுதியில் நான் வெற்றி பெறுவேன் என்று நான் அனுமானித்தேன்.

கடினமாக உழைப்பது மட்டுமே இங்கு முக்கியம்.

நீங்கள் எவ்வளவு கடினமாக உழைக்கிறீர்கள் என்பது எவ்வளவு முக்கியமோ, நீங்கள் எது குறித்துக் கடினமாக உழைக்கிறீர்கள் என்பதும் அவ்வளவு முக்கியமாகும்.

கழுதைகள்கூடக் கடுமையாக உழைக்கின்றன.

சாமர்த்தியமாக உழைப்பதுதான் ஒரு கழுதைக்கும் ஒரு மனிதனுக்கும் இடையேயான வேறுபாடாகும்.

தவறு 18

ஆட்டத்தில் தாமதமாகக் கலந்து கொண்டதற்காக என்னை நானே குறை கூறினேன்.

என்னுடைய 29 ஆவது வயதில் நான் எந்த வேலையும் இல்லாமல், கையில் பணமில்லாமல், எந்தத் திட்டமும் இல்லாமல், எந்தத் தெளிவும் இல்லாமல் இருந்தேன்.

நான் மார்க் சக்கர்பெர்கைப் பார்த்துவிட்டு, நான் எதற்கும் லாயக்கற்றவன் என்பதுபோல உணர்ந்தது எனக்கு நினைவிருக்கிறது.

ஒவ்வொருவரும் ஒரு வித்தியாசமான பந்தயத்தில் ஓடிக் கொண்டிருக்கின்றனர்.

உண்மையில், நாம் ஒரு பந்தயத்தில்கூட இல்லை.
நாம் நம்முடைய சொந்தப் பாதைகளில் போய்க் கொண்டிருக்கிறோம்.
சிலர் நடக்கின்றனர். சிலர் ஓடுகின்றனர்.

தவறு 19

என்னுடைய படைப்புகள் என்னைப் பற்றிப் பேசும் என்று நான் அனுமானித்தேன்.
நான் சிறப்பாகச் செயல்பட்டால், நான் விரும்புகின்றவற்றையும் எனக்குரிய வெகுமதிகளையும் மக்கள் எனக்குக் கொடுப்பர்.
நான் விரும்பியவற்றை நான் ஒருபோதும் வாய்விட்டுக் கேட்டதில்லை.

நீங்கள் கேட்காவிட்டால், எப்போதும் 'முடியாது' என்பதுதான் பதிலாக இருக்கும்.

என்னுடைய *20*களில் எனக்கு நிகழ்ந்தவற்றில் தொண்ணூறு சதவீத விஷயங்கள் அதிர்ஷ்டத்தால் விளைந்தவையே.

நான் சரியான நேரத்தில் சரியான இடத்தில் இருந்தேன், அதாவது, எனக்கு அதிர்ஷ்டம் வாய்த்தது. நான் அதற்கு நன்றியுடையவனாக இருக்கிறேன் என்றாலும், விஷயங்களை இன்னும் சிறப்பாகப் புரிந்து கொள்வதற்கான திறன் எனக்கு இருந்திருந்தால் நன்றாக இருந்திருக்கும் என்று நான் நினைத்துக் கொள்கிறேன்.

20களை நம்மை நிலைப்படுத்திக் கொள்ளப் பயன்படுத்துவதற்குப் பதிலாக நம்மை நாம் கண்டறிவதற்குப் பயன்படுத்திக் கொள்ள வேண்டும் என்பதை இன்று நான் அறிவேன்.

உங்களால் எத்தனை மனிதர்களைச் சந்திக்க முடியுமோ அத்தனைப் பேரைச் சந்தியுங்கள், உங்களால் எத்தனை வேலைகளைச் செய்ய முடியுமோ அத்தனை வேலைகளைச் செய்யுங்கள்.

நீங்கள் எதில் சிறந்தவர் என்பதையும், எது உங்களை மகிழ்ச்சிப்படுத்துகிறது என்பதையும் கண்டுபிடியுங்கள்.

பிறகு, அதைச் செய்வதில் உங்களுடைய 30களைச் செலவிடுங்கள்.

என்னுடைய 20களில் நான் யாராக இருந்தேனோ, அது குறித்து நான் தர்மசங்கடமாக உணர்கிறேன்.

மிகக் குறைவான தன்னம்பிக்கை கொண்டவனாக, மக்களைத் திருப்திப்படுத்த முயற்சித்தவனாக, ஒரே பாதையில் மாட்டிக் கொண்டவனாக, பணத்தை ஒழுங்காகக் கையாளத் தெரியாதவனாக, அடுத்தவர்களை எடைபோடுகின்ற ஒருவனாக நான் இருந்தேன்.

ஆனால் நான் அத்தகையவனாக இருந்திருந்தது குறித்து மகிழ்கிறேன்.

ஏனெனில், நான் யாராக ஆக விரும்பவில்லை என்பதை இப்போது நான் அறிவேன்.

"எல்லோரும் பணக்காரர்களாகவும் பிரபலமானவர்களாகவும் ஆக வேண்டும், அவர்களுடைய கனவுகள் அனைத்தும் நனவாக வேண்டும் என்பதே என் விருப்பம். அப்போதுதான், தங்களுடைய பிரச்சனைகளுக்கான விடை அதுவல்ல என்பதை அவர்களால் பார்க்க முடியும்."

- ஜிம் கேரி

என்னுடைய 30களில் நான் செய்த தவறுகள்

தவறு 1

தங்களுடைய தன்விபரக் குறிப்பில் வலிமையான பின்புலமும் பெரும் வணிகச்சின்னமும் கொண்ட நபர்களை மட்டுமே நான் வேலைக்கு எடுத்தேன். மனிதர்கள் என்ற முறையில் அவர்கள் எப்படிச் செயல்பட்டனர் என்பதை நான் கண்டுகொள்ளவில்லை.

அவர்களுடைய கல்லூரிப் பட்டங்கள் அவர்களுடைய வெற்றிக்கு வழி வகுக்கும் என்று நான் அனுமானித்தேன்.

உங்கள் தொழில்வாழ்க்கையில் நீங்கள் வளர்ச்சியடையும்போது, நீங்கள் மக்களை எவ்வாறு கையாள்கிறீர்கள் என்பதுதான் உங்கள் வெற்றியைத் தீர்மானிக்கிறதே அன்றி, உங்களுக்குத் தெரிந்திருக்கும் விஷயங்கள் அல்ல.

தவறு 2

உறவுகள் தாராளமாகக் காத்திருக்கலாம் என்று எனக்கு நானே கூறிக் கொண்டேன்.

என்னுடைய பெற்றோருக்கு விடுக்கப்பட வேண்டிய தொலைபேசி அழைப்பு காத்திருக்கலாம்.

'நான் உன்னை நேசிக்கிறேன்' என்று என் மனைவியிடமும் குழந்தைகளிடமும் கூறுவது காத்திருக்கலாம்.

அலைபேசி இடையூறு இல்லாமல்
அவர்களுடன் நேரம் செலவிடுவது
காத்திருக்கலாம்.

"எனக்கு நேரமில்லை," என்று எனக்கு நானே கூறிக் கொண்டேன்.

நேரம் மட்டும்தான் முக்கியமான ஒரே விஷயம். மற்ற எல்லாம் தாராளமாகக் காத்திருக்கலாம்.

தவறு 3

நான் எல்லோரையும் ஒரே வழியில் சமாளித்தேன்.

என் வழியில்!

அந்த வழி எனக்கு எளிதானதாகவும் சௌகரியமானதாகவும் விரிவாக்கவல்லதாகவும் இருந்தது.
வளர்ச்சிப் பெருக்கத்தோடு
பெருக்கப்படக்கூடாத ஒன்று தலைமைத்துவம்.
நீங்கள் வளரும்போது, மக்களை வழிநடத்துவது உங்களுக்குக் கடினமாக இருக்கும்.

ஏனெனில், மக்கள் வித்தியாசமானவர்கள்.

நீங்கள் அல்லர் அவர்கள்!

தவறு 4

ஓர் இரண்டாவது குழந்தை பெற்றுக் கொள்வது ஒரு சீரழிவாக இருக்கும் என்று நான் நினைத்தேன்.

எங்கள் குழந்தை வளரும்போது ஒரு தந்தை என்ற முறையில் அவனோடு நேரம் செலவிட முடியாமல் போவது எனக்கு அதிகக் குற்றவுணர்வை ஏற்படுத்தும்.

உங்களுக்கு யாரும் இல்லாதபோது, உங்களுடைய சகோதர சகோதரிகள் உங்களுக்கு இருக்கின்றனர்.

அது நீங்கள் கேட்டுப் பெறுகின்ற ஒன்றல்ல. உங்கள் பெற்றோர் அப்பரிசை உங்களுக்குக் கொடுக்கின்றனர்.

தவறு 5

வீடுமனைகள், புதிய தொழில்கள் என்று என்னுடைய சேமிப்புகள் அனைத்தையும் அசையாச் சொத்துகளாக நான் மாற்றினேன்.
நாங்கள் நிதி நெருக்கடிக்கு ஆளானபோது, நாங்கள் நகர்ப்புற ஏழைகளைப்போல வாழ்ந்தோம்.
நகைகளை விற்று வாழ்க்கை நடத்தினோம்.

ஒரு காசோலையை எழுதுவது சுலபமானது. ஒன்றிலிருந்து பணம் வந்தால்தான், அதை முதலீடு என்று அழைக்கலாம்.

தவறு 6

வெற்றிக்கான எல்லோருடைய வரையறையும் ஊக்குவிப்பும் ஒன்றுதான் என்று நான் அனுமானித்தேன்.

புகழ், மரியாதை, அடுத்தவருக்கு உத்வேகமூட்டுதல் போன்றவைதான் வெற்றி என்று நான் நினைத்தேன்.

வெற்றிக்கு ஒவ்வொருவரும் வெவ்வேறு வரையறைகளைக் கொண்டுள்ளனர்.

நீங்கள் செய்யும் வேலை அடுத்தவர்களை வெற்றிக்குத் தயார்படுத்தினால் மட்டுமே உங்களால் வெற்றி பெற முடியும்.

தவறு 7

எங்கள் முதல் குழந்தை பிறந்த பிறகு, என்னுடைய மனைவியை என் மகனின் தாயாரிடம் நான் இழந்துவிட்டேன்.

என் தோழியை, என் நம்பிக்கைக்குரியவளை நான் இழந்துவிட்டேன்.

ஏனெனில், எங்கள் குழந்தையைக் கவனித்துக் கொள்வதில் அவள் எப்போதும் மும்முரமாக இருந்தாள்.

குழந்தை வளர்ப்பில் இரண்டு பெற்றோரும் சேர்ந்து பங்களிக்கும்போது மட்டுமே அவர்களுடைய வாழ்க்கைக் கூட்டு வலுப் பெறுகிறது.

தவறு 8

நியர்பை நிறுவனத்தை நான் தொடங்கிய பிறகு, விருதுகள் வருவது மொத்தமாக நின்றுவிட்டது. நான் மிக மோசமாக உணர்ந்தேன்.

குரூப்பானில் என் வேலை சுலபமாக இருந்தபோது, எல்லோரும் என்னைப் பற்றிப் பேசினர்.

நான் மிகக் கடினமாக உழைத்தபோது, யாரும் என்னைக் கண்டுகொள்ளவில்லை.

விருதுகள் ஒருபோதும் நமக்கானவை அல்ல. அவை நாம் வகிக்கின்ற பதவிகளுக்கானவை.

தவறு 9

துணிகர முதலீட்டாளர்கள், நிறுவனர்களோடு சேர்ந்து தொழில்களைக் கட்டியெழுப்பும் தொழிலில் இருந்ததாக நான் நினைத்தேன்.

எங்களுடைய நோக்கங்கள் இசைவாக இருந்ததாக நான் நினைத்தேன்.

துணிகர முதலீட்டாளர்கள், தொழில்களுக்குள் நுழைந்து அவற்றிலிருந்து வெளியேறுகின்ற தொழிலில் இருக்கின்றனர்.

அதனால், நோக்கங்களுக்கு இடையே மோதல்கள் ஏற்படுவது உறுதி.

தவறு 10

நான் ஒரு தொழிலதிபராக ஆனால், பொருளாதாரரீதியாக நான் வெற்றிகரமாகத் திகழ்வேன் என்று நான் உறுதியாக நம்பினேன்.

நான் ஏகப்பட்டப் பணம் சம்பாதித்து ஒரு கோடீஸ்வரனாக ஆவேன் என்று நான் நினைத்தேன்.

பணம் சம்பாதிப்பதற்காக ஒரு புதிய நிறுவனத்தைத் தொடங்காதீர்கள்.

அதே பணத்தை, ஒரு ‘சலிப்பூட்டும்’

தொழில்முறை வேலையைச் செய்வதிலிருந்து சம்பாதிப்பதற்கான சாத்தியக்கூறுகள் அதிகம்.

தவறு 11

மக்களை வேலையிலிருந்து நீக்கிவிட்டு, அவர்கள் வேறொரு வேலையைத் தேடிக் கொள்ள உதவுவதில் எந்தத் தவறும் இல்லை என்று நான் அனுமானித்தேன்.

என் அனுமானம் தவறு!

மக்களை வேலையிலிருந்து நீக்குவது வேலையைப் பற்றிய விஷயமல்ல. இது அவர்களுடைய சுயமதிப்பைப் பற்றியது.

தவறு 12

நான் என்னுடைய கடனட்டைகளில் கடன் வாங்கினேன், நண்பர்களிடமிருந்து கடன் வாங்கினேன், செலுத்த வேண்டிய கட்டணங்களைத் தாமதப்படுத்தினேன். எதற்காக? என்னுடைய அப்போதைய வாழ்க்கைமுறையைத் தக்கவைத்துக் கொள்வதற்காக.

அந்நிலையிலிருந்து கீழே போவது தோல்விக்கான ஓர் அறிகுறி என்று நான் கருதினேன்.

நம்முடைய வாழ்க்கைமுறையின் தரத்தை நம்முடைய வெற்றிக்கான ஓர் அளவீடாகக் கருதுவதுதான் தோல்விக்கான ஓர் அறிகுறியாகும்.

தவறு 13

யாரும் வழிநடத்தப்பட விரும்புவதில்லை என்றும், எல்லோரும் சொந்தமாகச் செயல்பட விரும்புகின்றனர் என்றும் நான் நினைத்தேன். எனவே, அவர்கள் சுதந்திரமாகச் செயல்பட நான் அனுமதித்தேன்.

ஆனால் என் எண்ணம் தவறு!

தொண்ணூற்றொன்பது சதவீத மக்கள் வழிநடத்தப்பட விரும்புகின்றனர், தாங்கள் என்ன செய்ய வேண்டும் என்று தங்களிடம் கூறப்பட வேண்டும் என்று விரும்புகின்றனர். பிறகு அவர்கள் தங்கள் வேலையை முடிந்த அளவு சிறப்பாகச் செய்கின்றனர்.

அவர்கள் வழிநடத்தப்பட விரும்புகின்றனர், நிர்வகிக்கப்பட அல்ல.

தவறு 14

எதிர்காலத்தைப் பற்றிய என்னுடைய நன்னம்பிக்கை, கவனமாகத் திட்டமிட்டுத் தீர்மானங்கள் மேற்கொள்வதிலிருந்து என்னைத் தடுக்க நான் அனுமதித்தேன்.

'எல்லாம் சரியாக நடக்கும்' என்ற அணுகுமுறையை எல்லா விஷயத்திலும் நான் கடைபிடித்தேன்.

நம்பிக்கை என்பது ஓர் உத்தி அல்ல.

என்னுடைய 20களில், நான் என்னுடைய முனைவர் பட்டப்படிப்பிலிருந்து விலகி, வணிக

மேலாண்மைப் படிப்பில் சேர்ந்து பயின்று பட்டம் பெற்றேன். ஓர் ஆலோசகராக வேலை செய்து ஏராளமாகச் சம்பாதித்தேன். ஒரு புதிய தொழிலைத் துவக்கினேன். கருத்து முரண்பாடுகளால் நான் அதிலிருந்து விலக வேண்டியதாயிற்று.

என்னுடைய *29* ஆவது வயதில், நான் வேலையின்றியும், பணமின்றியும், எந்தத் திட்டமும் இன்றியும், எந்த இலக்கும் இன்றியும் இருந்தேன்.

ஆனால் நான் ஏகப்பட்ட விஷயங்களைக் கற்றுக் கொண்டேன்.

என்னுடைய *30*களில், நான் இரண்டு தொழில்களைத் தொடங்கினேன், பணத்தைத் திரட்டினேன், மக்களை வேலையிலிருந்து நீக்கினேன், எனக்கும் என்னுடைய முதலீட்டாளர்களுக்கும் நான் எந்த இலாபமும் சம்பாதித்துக் கொடுக்கவில்லை, மக்களைக் குறித்து மோசமான தீர்மானங்கள் எடுத்தேன், ஒரு நல்ல தகப்பனாக இல்லாமல் போனேன்.

என்னுடைய *39* ஆவது வயதில், நான் மீண்டும் வேலையின்றியும், பணமின்றியும், எந்தத் திட்டமும் இன்றியும், எந்த இலக்கும் இன்றியும் இருந்தேன்.

ஆனால் அதில் எனக்கு எந்தப் பின்வருத்தமும் இல்லை.
நான் செய்த தவறுகளையும், அவை என்மீது ஏற்படுத்திய தாக்கத்தையும் கணக்கில் எடுத்துக்

கொள்ளும்போது, என்னுடைய 20களைவிட என்னுடைய 30கள் சிறப்பாக இருந்தது என்னுடைய பாக்கியம்தான்.

ஒரு பத்தாண்டுகள் கழிந்தபோது, வாழ்வில் உண்மையிலேயே எது முக்கியம் என்பதை நான் உணர்ந்தேன்.

பணம், புகழ், அங்கீகாரம் போன்றவை எனக்கு முக்கியமானவையாக இருக்கவில்லை.

உலகம் என்னைப் பற்றி என்ன நினைக்கிறது என்ற கவலையின்றி, நான் விரும்பியதைச் செய்வதற்கான திறன்தான் எனக்கு முக்கியமானதாக இருந்தது.

வெற்றிக்கான இந்த வரையறையை எட்டுவதற்கான வழியில் நான் ஏகப்பட்டத் தவறுகள் செய்தேன்.

நான் என்னை ஓர் அதிர்ஷ்டசாலியாகக் கருதுகிறேன்.

நான் அந்தத் தவறுகளைச் செய்திருக்காவிட்டால், ஓர் ஐந்து வயதுக் குழந்தைக்கு என்ன தெரியுமோ, அதைவிட அதிகமாக எதுவும் தெரியாத ஒரு 41 வயது ஆசாமியாக நான் இருந்திருப்பேன்.

என்னுடைய தவறுகளை அலசி ஆராய்ந்தபோது, என்னைப் பற்றி நான் ஏராளமாகக் கற்றுக் கொண்டேன்.

உங்கள் விஷயத்திலும் அந்த மாயாஜாலம் நிகழ வேண்டும் என்பது என்னுடைய விருப்பம்:)

என்னுடைய தோல்விக் குறிப்புகள்

2021 இல் எனக்கு 41 வயது ஆனது.
நான் தோல்வியுற்ற விஷயங்களை இங்கே நான் பட்டியலிட்டுள்ளேன்.

என்னுடைய தோல்விக் குறிப்புகள்:

ஐஐடியில் சேர்வது என்னுடைய கனவாக இருந்தது.
12 ஆம் வகுப்பின்போது நான் அதற்கு முயற்சித்தேன்.
அதில் நான் தோற்றேன்.

என் தந்தை அழுது அப்போதுதான் நான் முதன்முறையாகப் பார்த்தேன்.
எங்களை எங்களுடைய பணப் பிரச்சனைகளிலிருந்து மீட்பதற்கான வழியாக என் தந்தை அதைப் பார்த்தார் என்று நான் நினைக்கிறேன்.

எனக்குத் தெரியவில்லை.
அவர் ஏன் அன்று அழுதார் என்று நான் அவரிடம் ஒருபோதும் கேட்கவில்லை.

எனக்கு எந்தவொரு பொறியியல் கல்லூரியிலும் இடம் கிடைக்கவில்லை.
நான் விரும்பிய எந்தவொரு கல்லூரியிலும் எனக்கு இடம் கிடைக்கவில்லை.

எனவே, ஒரு மூன்றாண்டு அறிவியல்

பட்டப்படிப்பில் சேர்வதென்று நான் தீர்மானித்தேன்.

புனித ஸ்டீபன் கல்லூரியில் நேர்முகத் தேர்வில் நான் நிராகரிக்கப்பட்டேன்.

"இயற்பியல் பாடம் உனக்குச் சரிப்பட்டு வரும் என்று எனக்குத் தோன்றவில்லை," என்று டாக்டர் வில்சன் கூறினார்.

கல்லூரியில் முதலாம் ஆண்டின்போது நான் மீண்டும் ஐஐடிக்கு முயற்சித்தேன்.

அதில் நான் தோற்றேன்.

இம்முறை யாரும் அழவில்லை.

நான்கூடத்தான்.

ஒருவேளை, முதலிலேயே எனக்குத் தெரிந்திருந்ததுபோலும்.

கல்லூரிப் படிப்பு முடிந்தவுடன், இயற்பியலில் முதுநிலைப் பட்டம் பெறுவதற்கு ஐஐடியில் சேர்வதென்று நான் தீர்மானித்தேன்.

அதற்கான தேர்வு எழுதினேன்.

கான்பூர் ஐஐடி மட்டுமே என்னை நேர்முகத் தேர்வுக்கு அழைத்தது.

டாக்டர் எச்.சி. வர்மா என்னிடம் ஒரு கேள்வி கேட்டார்.

எப்படி பதிலளிக்கத் தொடங்குவது என்றுகூட எனக்குத் தெரியவில்லை.

நான் மன்னிப்புக் கேட்டுவிட்டு அந்த அறையைவிட்டு வெளியேறினேன்.

இயற்பியலில் முனைவர் படிப்பிற்காக அமெரிக்கப் பல்கலைக்கழகங்களுக்கு நான் விண்ணப்பிக்கத் தொடங்கினேன்.

நான் பிரின்ஸ்டன் பல்கலைக்கழகத்தில் சேர விரும்பினேன்.

மொத்தம் ஏழு பல்கலைக்கழகங்களுக்கு நான் விண்ணப்பித்தேன்.

ஒரு மாதத்திற்குள், ஆறு பல்கலைக்கழகங்கள் என்னை நிராகரித்தன. என்னை ஏற்றுக் கொண்ட ஒரே பல்கலைக்கழகத்தில் நான் சேர்ந்தேன்.

ஒரு குறிப்பிட்டப் பாடத்தின் இறுதித் தேர்வு அது.

ஒரு கோட்பாட்டின் பின்னால் இருந்த தர்க்கத்தை என் பேராசிரியர் கேட்டிருந்தார்.

நான் ஒட்டுமொத்தத் தர்க்கத்தையும் மனப்பாடமாக ஒப்பித்தேன்.

எந்தத் தவறும் இல்லாமல்!

எனக்குத் தகவல் வந்தது.

"இதை இவ்வளவு நன்றாக நினைவில் வைத்துள்ள எவரையும் நான் பார்த்ததில்லை. இதன் எவ்வளவு பகுதி உங்களுக்கு உண்மையிலேயே புரிந்திருக்கிறது என்று நான் யோசிக்கிறேன்," என்று என் பேராசிரியர் கேட்டிருந்தார்.

நான் என்னுடைய முனைவர் படிப்பிலிருந்து விலகினேன்.

நான் இந்தியாவுக்குத் திரும்பி வந்தேன்.

எல்லோரும் மனமுடைந்து போயினர்.

அப்போது எனக்கு 24 வயது.

பணமில்லை.

திட்டமில்லை.

திசையில்லை.

வேலையில்லை.

கல்வியில்லை.

நான் வணிக மேலாண்மை படிக்கத் தீர்மானித்தேன்.

ஐஐஎம்மில் சேர்வதற்கான நுழைவுத் தேர்வு எழுதினேன்.

எந்தவோர் ஐஐஎம்மிலும் நான் தேர்ந்தெடுக்கப்படவில்லை.

ஒன்றுகூட என்னை நேர்முகத் தேர்வுக்கு அழைக்கவில்லை!

நான் இந்திய வணிகப் பள்ளியில் சேர்ந்தேன் (அதற்கான காரணமோ, அதில் எப்படிச் சேர்ந்தேன் என்பதோ இன்றுவரை எனக்குத் தெரியாது).

ஆலோசகராக வேலை செய்வது எனக்குப் பொருத்தமாக இருக்கும் என்று நான் நினைத்தேன்.

அனைத்து ஆலோசனை நிறுவனங்களுக்கு நான் விண்ணப்பித்தேன்.

பாஸ்டன் ஆலோசனைக் குழுமம், ஏ.டி. கியர்னி ஆகியவற்றைத் தவிர மற்ற அனைத்து

நிறுவனங்களும் என்னை நிராகரித்துவிட்டன.

பிசிஜி நேர்முகத் தேர்வில் கலந்து கொண்டேன்.

அந்த உரையாடலின் முடிவில், என்னை நேர்முகத் தேர்வு செய்தவர் என்னிடம், "5 என்ற அளவீட்டில் நீங்கள் உங்களுடைய தகுதியை எவ்வாறு அளவிடுவீர்கள்," என்று கேட்டார்.

"2/5 என்று நினைக்கிறேன்," என்று நான் கூறினேன்.

"நான் அதை ஒப்புக் கொள்கிறேன்," என்று அவர் பதிலளித்தார்.

ஆலோசனை நிறுவனத்தில் என்னுடைய முதல் பணித்திட்டத்தில், ஒரு வீடுமனை விற்பனைத் தொழிலில் ஈடுபட்டிருந்த ஒரு வாடிக்கையாளருக்கு ஒரு விரிவான வியாபாரத் திட்டத்தை உருவாக்கும் பொறுப்பு எனக்குக் கொடுக்கப்பட்டது.

கணக்கியலை நான் வெறுத்தேன்.

எனவே, என்னால் ஒரு நல்ல முன்வரைவைத் தயாரிக்க முடியவில்லை.

நான் மீண்டும் மீண்டும் திருத்திய பிறகும்கூட, ஒவ்வொரு முன்வரைவிலும் ஏகப்பட்டத் தவறுகள் இருந்தன.

"உன் வேலையை நீ சிறப்பாகச் செய்வாய் என்ற நம்பிக்கை எனக்கு இல்லை என்றால், நீ எவ்வளவு சாமர்த்தியசாலியாக இருந்தாலும் அது ஒரு பொருட்டல்ல," என்று என் மேலாளர் கூறினார்.

என்னுடன் வணிக மேலாண்மை படித்த ஒருவனுடைய புதிய நிறுவனத்தில் நான் ஒரு சக நிறுவனராக இணைந்தேன்.

நான் தொழில்நுட்பத்தைப் பயன்படுத்தவில்லை, பிரச்சனைகளைக் கையாளச் சிரமப்பட்டேன், என்னுடைய தவறுகளை ஒப்புக் கொள்ளவில்லை, பின்னூட்டக்கருத்துகளை நாடவில்லை, நான் எந்தத் தவறும் செய்து கொண்டிருந்ததாக நான் நினைக்கவில்லை.

ஓராண்டுக்குப் பிறகு அவன் என்னை வேலையிலிருந்து நீக்கினான்.

அவன் செய்தது சரியான காரியம்.

எனக்கு அப்போது 29 வயது.

பணமில்லை.

திட்டமில்லை.

திசையில்லை.

நான் ஒரு வேலையில் சேர்வதென்று தீர்மானித்தேன். பொருள் நிர்வாகம் எனக்குப் பொருத்தமாக இருக்கும் என்று நான் நினைத்தேன்.

கூகுள் மற்றும் ஃபேஸ்புக் நிறுவனங்களுக்கு விண்ணப்பித்தேன்.

யாரிடமிருந்து எனக்குப் பதில் வரவில்லை.

ஒரு புதிய நிறுவனத்தைத் தொடங்குவதென்று தீர்மானித்தேன்.

ஓர் உணவு நிறுவனம்.

துணிகர முதலீட்டு நிறுவனங்கள், பெரும் செல்வந்தர்கள் என்று பலரை அணுகினேன்.

எல்லோரும் என்னுடைய யோசனையை நிராகரித்தனர்.

ஆனால் எல்லோரும் 'என்னை' நிராகரித்ததாக நான் நினைத்தேன்.

குரூப்பான் நிறுவனத்தின் ஏபிஏசி சந்தைகளை நிர்வகிக்கும் வாய்ப்பு எனக்குக் கிடைத்தது.

வேலையைப் பிறரிடம் எப்படிப் பகிர்ந்தளிப்பது என்பது எனக்குத் தெரியவில்லை.

ஒரு தொலைவிலிருந்து வழிநடத்துவது எப்படி என்பது எனக்குத் தெரியவில்லை.

மற்றவர்களின் மூலமாக விளைவுகளைப் பெறுவது எப்படி என்பது எனக்குத் தெரியவில்லை.

ஒரு தலைவராகவும் மேலாளராகவும் நான் மிக மோசமாகத் தோல்வியடைந்தேன்.

வெளியிலிருந்து மூலதனத்தைத் திரட்டி குரூப்பானின் இந்தியப் பிரிவை வாங்குவதற்கான வாய்ப்பு எனக்குக் கிடைத்தது.

உலகம் நெடுகிலும் 23 துணிகர முதலீட்டாளர்களிடம் என் யோசனையை முன்வைத்தேன்.

இருபத்திரண்டு பேர் முடியாது என்று சொல்லிவிட்டனர்.

நியர்பை நிறுவனத்தில் ஒரு புதிய திட்டத்தைத் தொடங்கி ஒரே மாதத்தில் 11 கோடி ரூபாய் இழந்தேன்.

இலாபகரமாக இல்லாவிட்டாலும்கூட, வளர்ச்சியைக் கண்டு முதலீட்டாளர்கள்

உற்சாகம் அடைவர்.

எனவே, இறுதியில் பணம் வந்துவிடும்.

பணம் வேகமாகக் கரைந்ததால் நாங்கள் எங்களுடைய செலவைக் குறைக்க வேண்டியதாயிற்று.

300 பேரில் 80 பேரை வேலையிலிருந்து நீக்கினோம்.

எல்லோர் முன்னாலும் நின்று நான் மன்னிப்புக் கேட்டேன்.

நான் எல்லோரையும் கைவிட்டிருந்தேன்.

என்னையும்தான்!

என்னுடைய நன்னம்பிக்கையை மட்டும் வைத்துக் கொண்டு, தேவைக்கு அதிகமான பெரிய அலுவலகத்தை நாங்கள் வாடகைக்கு எடுத்திருந்தோம்.

பணப் பிரச்சனையால், அந்த அலுவலகத்தின் ஒரு பகுதியை நாங்கள் இன்னொருவருக்கு வாடகைக்கு விட்டோம்.

எங்கள் ஒப்பந்தம் நிறைவடைந்ததும் நாங்கள் அதைக் காலி செய்ய வேண்டியிருந்தது.

எங்களிடம் வாடகைக்கு இருந்தவர்கள் நிராதரவாக நின்றனர்.

நாங்கள் காலி செய்ய மாட்டோம் என்று அவர்கள் நினைத்தனர்.

நானும்தான்!

நான் மீண்டும் நிதி திரட்டத் தொடங்கினேன்.

உலகம் நெடுகிலும் 68 முதலீட்டாளர்களிடம் என் யோசனையை முன்வைத்தேன்.

அறுபத்தேழு பேர் மறுத்துவிட்டனர்.

ஒருவர் முன்வந்தார்.

ஆனால் ஒப்பந்தம் கையெழுத்தாவதற்கு முன் அவர் பின்வாங்கிவிட்டார்.

இதற்கிடையே, எங்களுடைய இழப்புகளைக் குறைப்பதற்காக நாங்கள் எங்கள் சம்பளத்தைக் குறைத்தோம்.

என்னுடைய தனிப்பட்டச் செலவுகள் வருவாயைவிட அதிகமாக இருந்தன.

என்னிடம் சேமிப்பு எதுவும் இருக்கவில்லை.

எல்லா சேமிப்புகளையும் நியர்பை நிறுவனத்தில் நான் முதலீடு செய்திருந்தேன்.

நான் நண்பர்களிடம் கடன் வாங்கினேன்.

என்னுடைய இரண்டு கடனட்டைகளிலும் நான் எல்லாக் கடன்களையும் வாங்கியிருந்தேன்.

என்னுடைய சகோதரியின் திருமணத்திற்காக என்னுடைய பெற்றோரின் வீட்டை அடமானம் வைத்தேன்.

என் மகன் விதுரின் பிறந்தநாளன்று, ஓராண்டு காலமாக அவன் என்னிடம் கேட்டு வந்திருந்த ஒரு சைக்கிளை அவனுக்குப் பரிசளிப்பதற்காக, என் மனைவியின் தங்க வளையல்களை நாங்கள் விற்க வேண்டியதாயிற்று.

அவன் பள்ளியிலிருந்து திரும்பி வந்தபோது நாங்கள் அவனை ஆச்சரியப்படுத்தினோம்.

அவன் அழுதுவிட்டான்.

நாங்களும் அழுதோம்.

நான் மிகவும் கடினமாக உழைத்தும், நியர்பை நிறுவனத்தை நான் கற்பனை செய்திருந்த அளவுக்கு என்னால் வளர்க்க முடியவில்லை.

முதலீட்டாளர்கள் தங்கள் பணத்தை இழந்தனர்.

மக்கள் தங்களுடைய வேலைகளை இழந்தனர்.

பலர் தங்கள் தன்னம்பிக்கையையும் விசுவாசத்தையும் இழந்தனர்.

நான் தோற்றிருந்தேன்.

நான் இனியும் எந்த முயற்சியும் மேற்கொள்ளக்கூடாது என்பதை நான் உணர்ந்தேன்.

எனக்கு அப்போது 39 வயது.

பணமில்லை.

திட்டமில்லை.

திசையில்லை.

ஒரு தன்விபரக் குறிப்பு ஒரு சுவாரசியமான ஆவணமாகும்.

நீங்கள் செய்துள்ள மாபெரும் விஷயங்கள், உங்கள் சாதனைகள் ஆகியவற்றை அது வெளிப்படுத்துகிறது.

ஆனால் நீங்கள் எப்படி அந்த நிலையை அடைந்தீர்கள் என்பதைப் பற்றி அது ஒருபோதும் பேசுவதில்லை.

தோல்விகள்தாம் உங்களை அங்கே அழைத்து வந்தன.

என்னுடைய வாழ்க்கை, நான் தட்டுத்தடுமாறிச் சாதித்துள்ள சிறு விஷயங்களைவிட, என்னுடைய தோல்விகளைப் பற்றியதே.

விதுர் தன்னுடைய ஆறாம் வயதுவரை, எங்களுடைய குடும்பப் படத்தை வரையும்போது, நான் என் கையில் அலைபேசியுடன் இருப்பதுபோலத்தான் வரைவான்.

அவன் தன் தந்தையை அப்படித்தான் நினைவில் வைத்திருந்தான்.

நான் என் வேலையில் மும்முரமாக இருந்ததால், பல நாட்களாக நான் என் பெற்றோரைத் தொடர்பு கொள்ளவில்லை. வாழ்வில் என்னுடைய மற்றத் தோல்விகளைச் சரி செய்வதற்கு முயற்சித்துக் கொண்டிருந்த நான், என் பெற்றோரை உதாசீனப்படுத்திக் கொண்டிருந்ததன் மூலம் இன்னொரு தோல்விக்கு வழிவகுத்துக் கொண்டிருந்ததை நான் உணரவில்லை.

என்னுடைய முதலீட்டாளர்களும் சக ஊழியர்களும் என்னை நம்பித் தங்கள் பணத்தையும் தங்கள் தொழில்வாழ்க்கையையும் தங்கள் நேரத்தையும் என்னிடம் ஒப்படைத்திருந்தனர்.

நான் அவர்களுடைய நம்பிக்கையைக் காப்பாற்றத் தவறினேன்.

நான் அவர்களுடைய பணத்தையும் தொழில்வாழ்க்கையையும் நம்பிக்கையையும் வைத்து விளையாடினேன்.

என்னை மீட்டெடுத்து மீண்டும் எல்லாவற்றையும் திரும்பப் பெற்றுவிட முடியும் என்று நான் எப்போதும் நம்பினேன்.

ஆனால் அது நிகழவில்லை.

இதுதான் என்னுடைய தோல்வி.

இதுதான் என்னுடைய கதை.

என் வாழ்க்கை எனக்குக் கிடைத்துள்ள ஓர் ஆசீர்வாதமாகும்.

நான் பின்னோக்கிச் சென்று எதையேனும் மாற்றுவேனா?

பெரும்பாலும் அப்படிச் செய்ய மாட்டேன்.

கடந்தகாலத்தில் நான் இன்னும் சிறப்பாகச் செயல்பட்டிருந்திருக்கலாம், ஆனால் நான் எதையும் மாற்ற விரும்ப மாட்டேன்.

அந்தத் தோல்விகள்தாம் இன்று என்னை இவ்வாறு செதுக்கியுள்ளன.

உங்கள் உடலின்மீது உள்ள தழும்புகள் குறித்துப் பின்வருத்தம் கொள்ளாதீர்கள்.

அவற்றை வெறுக்காதீர்கள்.

அவற்றை நிராகரிக்காதீர்கள்.

நீங்கள் மேற்கொண்ட ஒரு போராட்டத்தின் அறிகுறிகள் அவை.

நீங்கள் தோற்றிருந்தால்கூட, நீங்கள் யாராக இருந்தீர்கள், உங்களால் யாராக இருக்க முடியும் என்பதற்கான ஒரு நினைவூட்டலாக அந்த வடுக்கள் அமைந்துள்ளன.

நாளின் முடிவில், நீங்கள் உங்கள் ஆடையைக் களையும்போது, நீங்கள் மட்டுமே அறிந்த ஒரு கதையை அந்த வடுக்கள் உங்களிடம் சொல்லும்.

அதிகமான வடுக்கள் வேண்டும் என்று விரும்பாதீர்கள்.

ஆனால், உங்களிடம் உள்ள வடுக்கள் குறித்த விழிப்புணர்வுடன் இருங்கள்.

ஒரு நாள் நீங்கள் அவற்றைக் குறித்துப் பெருமிதம் கொள்வீர்கள்.

பின்குறிப்பு 1:

வாழ்வில் நான் படித்தக் கல்லூரிகள், வேலை செய்த நிறுவனங்கள், செய்த முதலீடுகள் போன்றவை, எனக்கு வேறு எதுவும் அமையாததால் நான் தேர்ந்தெடுத்திருந்த விஷயங்கள் என்றும், எனவே அவை சரியான தேர்ந்தெடுப்புகள் அல்ல என்றும் ஒருவர் எளிதாக அனுமானிக்கக்கூடும்.

ஆனால் அது உண்மையல்ல.

எல்லோரும் என்னை நிராகரித்தனர். ஆனால் அந்தக் கல்லூரிகளும் நிறுவனங்களும் முதலீட்டாளர்களும் மட்டுமே என்னை ஏற்றுக் கொண்டனர். என் பார்வையில் அவர்கள் எந்த விதத்திலும் குறைந்தவர்கள் அல்லர்.

பின்குறிப்பு 2:

நான் ஒரு பெரும் அதிர்ஷ்டசாலி. சில சமயங்களில் நான் அதிர்ச்சியடையும் அளவுக்கு நான் ஒரு பெரிய அதிர்ஷ்டசாலியாக இருக்கிறேன்.

எனவே, நான் உண்மையிலேயே ஏராளமான

வெற்றிகளைப் பெற்றுள்ளேன், வெறுமனே அடக்கி வாசிக்கிறேன் என்று நீங்கள் சுலபமாக நினைத்துவிடக்கூடும்.

என்னுடைய வெற்றிக்கான விளக்கம் என்னிடம் இல்லை. அதை என்னால் நியாயப்படுத்தவும் முடியாது, அதற்கு உரிமை கொண்டாடவும் முடியாது.

பகுதி 2

பழக்கங்கள்

நெடுங்காலமாக, நான் பழக்கங்களின் ஒரு மாணவனாக இருந்து வந்துள்ளேன்.

நான் இரண்டு காரணங்களுக்காக இலக்குகள் நிர்ணயிப்பதில்லை:

நீங்கள் ஓரிடத்தை அடைவதற்காக அதைச் செய்கிறீர்களே அன்றி, யாரோ ஒருவராக ஆவதற்காக அல்ல.

ஓர் இலக்கை அடைந்த பிறகு, நீங்கள் இன்னோர் இலக்கை நோக்கி ஓடத் தொடங்குகிறீர்கள்.

மாறாக, பழக்கங்கள் என்னுடைய வாழ்வில் மிகச் சிறிய விஷயங்களில் தொடங்கி மிகப் பெரிய விஷயங்கள்வரை எனக்கு உதவியுள்ளன.

குறிப்பிட்ட நேரத்தில் தூங்கும் பழக்கமாக இருக்கலாம்.

அல்லது, யாரும் என்னைக் கவனிக்காதபோது, கடந்த நான்கு ஆண்டுகளாக நான் காணொளிகளை உருவாக்கி வந்துள்ளதைச் சொல்லலாம்.

அல்லது, *2005* ஆம் ஆண்டிலிருந்து வலைப்பதிவுகளை எழுதி வந்துள்ளதைச் சொல்லலாம். அப்பதிவுகள்தாம் இப்புத்தகம் உருவாகக் காரணமாயின.

பழக்கங்கள் எனக்கு மிகவும் பிடிக்கும். ஏனெனில், அப்பழக்கங்களைக் கடைபிடிப்பதால் நான் எத்தகைய ஒருவனாக ஆகிறேனோ, அது பல கதவுகளைத் திறக்கிறது. இலக்குகளைத் துரத்திச் செல்லும்போது, அது வெறுமனே ஒரு கதவுக்கு மட்டும் இட்டுச் செல்லக்கூடும், அதுவும் ஒருவருக்கு அதிர்ஷ்டம் இருந்தால் மட்டுமே.

பழக்கங்கள் நம்மை உருவாக்குகின்றன, இலக்குகள் நம்மை வறண்டு போகச் செய்கின்றன.

காலையில் சீக்கிரம் எழுந்திருப்பதற்கான வழி, சீக்கிரம் எழுந்திருப்பது அல்ல.

மாறாக, குறித்த நேரத்தில் தூங்கப் போவதுதான்!

வெறுமனே காலையில் சீக்கிரம் எழுந்திருப்பது இரகசியமல்ல. எந்தவொரு அலாரக் கடிகாரமும் அந்த வேலையை உங்களுக்காகச் செய்துவிடும்.

காலையில் ஆற்றலுடனும் மகிழ்ச்சியாகவும் ஆக்கபூர்வமாகவும் இருப்பதுதான் இரகசியம்.

குறித்த நேரத்தில் தூங்குவதைத் தவிர வேறு எதுவொன்றாலும் அதைச் சாத்தியமாக்க முடியாது.

காலையில் சீக்கிரமாக எழுந்துவிட்டுக் கிறக்கத்துடன் இருப்பதால் என்ன பயன்? உங்களை நீங்கள் வெறுப்பீர்கள்.

வெறுமனே காலையில் எழுந்திருப்பது வீணாகிவிடுகிறது, சரியான நேரத்தில் தூங்கப் போவது தழைக்கிறது.

உங்கள் பயணத்தைப் பகிர்ந்து கொள்ளுங்கள்.
உங்கள் பயணத்தை ஆவணப்படுத்துங்கள்.
உங்கள் பயணத்தை விவரியுங்கள்.

உங்கள் கதை மதிப்பு வாய்ந்தது.
அதை நீங்கள் பார்க்காமல் இருக்கக்கூடும்.

நீங்கள் உங்கள் வாழ்வில் எதிர்கொண்டவற்றை இன்னும் எதிர்கொண்டிராத யாரோ ஒருவருக்கு அது ஒரு வழிகாட்டியாக இருக்கும்.
உங்களால் உத்வேகம் பெற்ற ஒருவருடைய கண்ணோட்டத்திலிருந்து நீங்கள் பார்த்தால், அது உங்களுக்குப் புரியும்.

"என் பேச்சை யார் கேட்பார்கள்? நான் என்ன பெரிய கொம்பனா?" என்று உங்களை நீங்களே சிறுமைப்படுத்துவதன் மூலம், உங்களுக்குத் தெரிந்ததை நீங்கள் பகிர்ந்து கொள்ள மறுக்கின்ற ஒவ்வொரு முறையும், யாரோ ஒருவர் தனக்குத் தெரிந்ததைப் பகிர்ந்து கொண்டிருக்கிறார். அது 'உலகத் தரமாக' ஆகிறது.

பகிர்ந்து கொள்வதற்கான ஒரு தார்மீகப் பொறுப்பு உங்களுக்கு இருக்கிறது.

கடின உழைப்பைவிட ஆர்வக்குறுகுறுப்பு அதிகமான வாய்ப்புகளை உருவாக்கியுள்ளது.

என்னுடைய மனங்கவர்ந்த நிறுவனர் ஏன் டிஜிட்டல் உள்ளீடுகளை உருவாக்கிக் கொண்டிருக்கவில்லை?

முன்பின் தெரியாத நபருக்கு நான் ஒரு மின்னஞ்சல் எழுதுகின்றபோது அவரிடமிருந்து ஒன்றை நான் எதிர்பார்ப்பதற்கு முன்பாக அவருக்கு எப்படி என்னால் மதிப்புக் கூட்ட முடியும்?

ஏன் முடியாது?

வாழ்வில் அதிக வாய்ப்புகளைப் பெறுவதற்கு, ஆர்வம் கொள்ளப் போதுமான வாய்ப்புகளை நீங்கள் உங்களுக்குக் கொடுத்துக் கொள்வது இன்றியமையாதது.

நீங்கள் கேட்கத் தவறுகின்ற அல்லது தவிர்க்கின்ற முட்டாள்தனமான கேள்விகள் யாரோ ஒருவருடைய இக்கட்டான சூழ்நிலையைத் தீர்த்து வைக்கக்கூடும்.

இலக்குகள் பழக்கங்களின் எதிரியாகும்.

இலக்குகளை நிர்ணயிக்காதீர்கள்.
பழக்கங்களை நிர்ணயித்துக் கொள்ளுங்கள்!

பழக்கங்களுக்குப் பதிலாக இலக்குகளை நிர்ணயிப்பது, நாம் எத்தகைய நபராக உருவாக விரும்புகிறோமோ அதை நாம் மறக்கும்படி செய்துவிடுகிறது.

நாம் ஒரு நெடுந்தூர ஓட்டப் பந்தயத்தில் கலந்து கொள்ள விரும்புவதோடு, உடல்ரீதியாக ஆரோக்கியமானவர்களாக ஆகவும் விரும்புகிறோம்.

நாம் வசீகரமாகத் தோன்ற வேண்டும் என்று நாம் விரும்புவதோடு கூடவே, நாம் எவ்வளவு ஒழுங்கு கொண்டவர்கள் என்பதையும் நாம் பார்க்க விரும்புகிறோம்.

நாம் வெறுமனே விற்பனை இலக்குகளை அடைய விரும்புவதில்லை.

வாடிக்கையாளர்களின் பிரச்சனைகளை அதிக எண்ணிக்கையில் நாம் தீர்த்து வைக்க விரும்புகிறோம்.

செயல்முறை எவ்வளவு கச்சிதமாக இருக்கிறதோ, நாம் நம்முடைய இலக்குகளுக்கு அவ்வளவு அருகில் நெருங்குகிறோம்.

நாம் இலக்குகளை அதிகமாகத் துரத்திச் செல்லும்போது, நாம் அவற்றை அடைந்தவுடன் அவ்வளவு வெறுமையாக உணர்கிறோம்.

பழக்கங்கள் நம்மை என்றென்றைக்குமாக ஆட்கொண்டு, நம்மை மேன்மேலும் உயரே அழைத்துச் செல்கின்றன. இலக்குகள் நம்மை அடக்கி ஒடுக்கி, நாம் அவற்றை அடைந்தவுடன் அடுத்து நாம் என்ன செய்ய வேண்டும் என்று தெரியாமல் விழி பிதுங்கி நிற்க வழி வகுக்கின்றன.

உங்களுடைய போராட்டங்களைக் குறைக்க முயற்சிக்காதீர்கள்.
அவற்றை அதிக அர்த்தம் வாய்ந்தவையாக ஆக்க முயற்சி செய்யுங்கள்.

உங்களுடைய போராட்டத்தை உங்களால் ஒருபோதும் குறைக்க முடியாது. அது உங்களுடைய உணர்ச்சிகளைத்தான் அடக்கி ஒடுக்கும்.

ஆனால் அதற்கு என்ன அர்த்தம் என்பதை உங்களால் எப்போதும் கண்டுபிடித்துவிட முடியும்.

உங்கள் சக ஊழியர் உங்களை அசௌகரியமாக உணரச் செய்கிறாரா? அப்படியானால், நீங்கள் எப்போதும் தீவிரமானவராக இருக்கிறீர்கள் என்று அர்த்தமா அல்லது அவர் உங்களை வேண்டுமென்றே உதாசீனப்படுத்துகிறார் என்று அர்த்தமா?

உங்களுக்குப் பிடித்தமான வேலையைத் தேடிக் கொள்ள மிகவும் கடினமாக முயற்சிக்கிறீர்களா? அப்படியானால், நீங்கள் தகுதியற்றவராக இருக்கிறீர்கள் என்று அர்த்தமா அல்லது உங்களுடைய முயற்சி பத்து மடங்கு பலனளிக்கிறது என்று அர்த்தமா?

உங்கள் பெற்றோர் உங்களிடம் சின்னச் சின்ன விஷயங்களைக்கூடக் கேட்கிறார்களா? அப்படியானால், அவர்கள் உங்கள் விஷயத்தில் தங்கள் மூக்கை நுழைக்கிறார்கள் என்று அர்த்தமா அல்லது நீங்கள் பாதுகாப்பாக இருப்பதை உறுதி செய்து கொள்வதன் மூலம்

அவர்கள் தங்கள் கவலையைக் குறைத்துக் கொள்ள விரும்புகிறார்கள் என்று அர்த்தமா?

நாம் போராட்டத்தை அடக்கி வைக்கும்போது, அது மறைந்து போவதில்லை. அது கூடிக் கொண்டே போகிறது. தினமும் நம்மை நாமே கேள்வி கேட்டுக் கொள்ள நம்மைத் தூண்டுகிறது.

நம்முடைய போராட்டத்திற்கான அர்த்தத்தை நாம் தேர்ந்தெடுக்கும்போது, அது நம்மைப் பயன்படுத்துவதற்குப் பதிலாக நாம் அதைப் பயன்படுத்திக் கொள்கிறோம்.

ஒன்றை அனுமானிப்பதற்கு முன், இந்தக் கிறுக்குத்தனமான விஷயத்தை முயற்சித்துப் பாருங்கள்.

கேளுங்கள்!

யாரோ உங்களை உதாசீனப்படுத்துகிறார்களா? அவர்கள் ஏதோ ஒரு கடினமான சூழ்நிலையை எதிர்கொண்டிருக்கக்கூடும், தாங்கள் உங்களை உதாசீனப்படுத்திக் கொண்டிருக்கிறோம் என்பதை அவர்கள் அறியாமல் இருக்கலாம். நீங்கள் ஏன் அதைக் கேட்டுத் தெரிந்து கொள்ளக்கூடாது?

மக்கள் உங்களிடம் நல்லவிதமாக நடந்து கொள்வதில்லையா? அவர்கள் தங்களிடம் நல்லவிதமாக நடந்து கொள்ள முயற்சித்துக் கொண்டிருக்கக்கூடும்? நீங்கள் ஏன் கேட்கக்கூடாது?

நீங்கள் உங்கள் பெற்றோருடன் பேச விரும்புகிறீர்களா? அவர்களும் உங்களிடம் பேச விரும்பக்கூடும். நீங்கள் ஏன் கேட்கக்கூடாது?

அனுமானங்கள் மேற்கொள்வதற்கு முன்பாக நீங்கள் செய்யக்கூடிய மிகச் சிறந்த காரியம் கேட்பதுதான்.

அது உங்கள் அனுமானத்தை ஊர்ஜிதப்படுத்துகிறது அல்லது நீங்கள் மக்களைச் சிறப்பாகப் புரிந்து கொள்ள வழி வகுக்கிறது. எப்படிப் பார்த்தாலும்,

நீங்கள் கருத்துப் பரிமாற்றத்தில் சிறந்தவராக ஆகிறீர்கள்.

'உனக்கும் வெற்றி, எனக்கும் வெற்றி'
அணுகுமுறை இது :)

இன்று அரிதாகக் கற்றுக்
கொடுக்கப்படுகின்ற மிக முக்கியமான
திறமைகள்:

நகைச்சுவை

கதை சொல்லுதல்

பண நிர்வாகம்

மனித உளவியல்

அந்நியர்களுக்கு மின்னஞ்சல்கள்
அனுப்புதல்

நீங்கள் செய்ய விரும்பாத ஒரு வேலைக்கு நீங்கள் உங்கள் சோம்பேறித்தனத்திலிருந்து வெளிவர மாட்டீர்கள்.

நான் தினமும் காலையில் 4:30 மணிக்கு எழுகிறேன். தியானம், பாட்டுப் பயிற்சி, வாசிப்பு ஆகியவற்றை முடித்துவிட்டு, நான் டென்னிஸ் விளையாடப் போய்விடுகிறேன்.

தினமும்.

ஜூன் மாத வெயிலாக இருந்தாலும் சரி அல்லது டிசம்பர் மாதக் குளிராக இருந்தாலும் சரி, என் வழக்கம் மாறுவதில்லை. ஏனெனில், நான் அவற்றை நேசிக்கிறேன்.

ஆனால், தொலைக்காட்சியில் கிரிக்கெட் பார்ப்பதற்கோ அல்லது ஏதோ ஒரு தொடரைப் பார்ப்பதற்கோ நான் அதைச் செய்யாமல் போகக்கூடும். ஒரு ஃபிக்சட் டெபாசிட் தொடங்குவதற்கு நிச்சயமாக நான் எந்த முயற்சியும் மேற்கொள்ள மாட்டேன்.

நான் அவற்றைச் செய்ய விரும்புவதில்லை என்பதுதான் ஒரே காரணம்!

ஆக்கபூர்வமானவராக ஆவதற்கு நமக்கு வேறு உத்திகள் எதுவும் தேவையில்லை. நாம் விரும்புவதைச் செய்வதற்கு நம்முடன் நாம் அதிக நேரம் செலவிட்டால் போதும்.

பயத்தினாலோ அல்லது பகிர்ந்து கொள்வதற்கான விருப்பத்துடனோ எழுதப்படாத படைப்புகள்தாம் எழுத்துப் படைப்பின் சிறந்த வடிவமாகும்.

நீங்கள் விரும்பப்பட வேண்டும் என்பதற்காக எழுதாதீர்கள்.

அதிக 'லைக்' பெறுவதற்காக எழுதாதீர்கள்.

பிறர் உங்களை மெச்ச வேண்டும் என்பதற்காக எழுதாதீர்கள்.

நீங்கள் உங்களை வெளிப்படுத்த விரும்புகிறீர்கள் என்பதற்காக எழுதுங்கள்.

நீங்கள் எழுதுவதை நீங்கள் படிப்பீர்கள் என்பதற்காக எழுதுங்கள்.

நீங்கள் எழுதாவிட்டால், உங்களுக்குள் அடக்கி வைக்கப்பட்டுள்ள உணர்ச்சிகள் உங்களை பாதிக்கும் என்பதற்காக எழுதுங்கள்.

நீங்கள் எழுதாவிட்டால், உங்களுக்குத் தேவையானதை எப்படி நீங்கள் படிப்பீர்கள்? அதற்காக எழுதுங்கள்.

உங்களைப்போல இன்னொருவர் இல்லை என்பதால் எழுதுங்கள்.

வாசிப்புப் பழக்கத்தை உருவாக்கிக் கொள்வதற்கு, நீங்கள் இரசிக்கக்கூடிய புத்தகங்களைப் படிக்கத் தொடங்குங்கள்.

நீங்கள் என்ன புத்தகங்களை வாசிக்க வேண்டும் என்று இந்த உலகம் நினைக்கிறதோ, அவற்றை நீங்கள் வாசிக்கத் தேவையில்லை.

உங்கள் வாழ்வில் யாரை அல்லது எவற்றை நீங்கள் முக்கியமானவையாகக் கருதுகிறீர்கள் என்பதைச் சொல்லக்கூடிய மூன்று விஷயங்கள்:

1. நீங்கள் காலையில் எழுந்தவுடன் முதல் ஒரு மணிநேரம்

2. நீங்கள் தூங்கப் போவதற்கு முந்தைய ஒரு மணிநேரம்

3. உங்களுடைய கால அட்டவணை

என்னுடைய நாளின் முதல் 60 நிமிடங்கள் என்னுடையவையாகும். நான் தண்ணீரை ஒயினைப்போல மெதுவாகப் பருகுகிறேன். எனக்குக் கிடைத்துள்ள ஆசீர்வாதங்களை நினைத்துப் புன்னகைக்கிறேன். தியானம் செய்கிறேன்.

என்னுடைய நாளின் கடைசி 60 நிமிடங்கள் என் குடும்பத்துடன் நான் செலவிடுகின்ற நேரமாகும். நான் என் மகனுடன் சேர்ந்து படிப்பேன் அல்லது என் மகளைத் தூங்க வைப்பதற்கு என் மனைவிக்கு உதவுவேன். பிறகு நாங்கள் இருவரும் அன்றைய நாளைப் பற்றிப் பேசுவோம். மிக இனிமையான நேரம் அது!

என்னுடைய கால அட்டவணையில் உள்ள சில விஷயங்கள் எனக்கு மிகவும் முக்கியமானவை: மதியத் தூக்கம், என் குழுவுடனான சந்திப்புகள், இசைப் பயிற்சி வகுப்பு.

செய்வதற்கு எளிதான விஷயங்கள்தாம் எளிதாக உதாசீனப்படுத்தப்படுகின்ற விஷயங்களாகவும் இருக்கின்றன.

நீங்கள் அவற்றைத் தொடர்ந்து முறையாகச் செய்வதைத் தேர்ந்தெடுத்தால், அவற்றால் உங்கள் வாழ்க்கையை முற்றிலுமாக மாற்றிவிட முடியும்.

தினசரி முன்னேற்றம் என்பது உங்கள் துறையில் ஒரு வல்லுநராக ஆவதைப் பற்றியது அல்ல.

முன்னேற்றம்தான் வாழ்க்கைமுறை என்ற மனப்போக்கை வளர்த்துக் கொள்வது அது.

அது சுவாசிப்பதைப் போன்றது.

அதை நாம் அரிதாகவே அங்கீகரிக்கிறோம்.

ஆனால் நாம் ஒவ்வொரு நொடியும் சுவாசிக்கிறோம்.

சுவாசமின்றி நாம் இறந்துவிடுவோம்.

புத்தகங்களைப் படிப்பது உங்களை சாமர்த்தியமானவராக ஆக்காது. ஊக்குவிப்புக் காணொளிகளைக் காண்பது உங்களுக்கு உத்வேகமூட்டாது. எழுதுவது உங்களுடைய சிந்தனையைத் தெளிவுபடுத்தாது.

இவ்விஷயங்கள் நம்மைச் செதுக்குவதில்லை. நம்மிடம் நாமே கூறிக் கொள்கின்ற கதைகள்தாம் நம்மைச் செதுக்குகின்றன.

புத்தகங்கள் படிப்பது விடையல்ல. அவற்றிலிருந்து நாம் எதைக் கற்றுக் கொள்கிறோமோ அதுதான் விடை.

எழுதுவது தெளிவுக்கான விடையல்ல. நாம் மன அமைதியைப் பெறுவதற்காக எழுதுகிறோமா அல்லது பிறருடைய ஒப்புதலைப் பெற எழுதுகிறோமா என்பதில்தான் விடை அடங்கியுள்ளது.

ஊக்குவிப்புக் காணொளிகள் நிச்சயமாக பதிலல்ல (நான் வாரந்தோறும் பல காணொளிகளை உருவாக்குகிறேன் என்றாலும்கூட). அந்தக் காணொளிகளைக் கண்ட பிறகு நாம் நம்முடைய வாழ்க்கையில் என்ன செய்கிறோம் என்பதில்தான் விடையாகும்.

நம்முடைய மனத்தை மாற்றிக் கொள்ளாமல் எதுவும் மாறுவதில்லை.

மற்றவர்களை அவர்களுடைய செயல்களின் மூலம் நாம் அறிகிறோம். நம்மை நம்முடைய எண்ணங்கள் மூலம் நாம் அறிகிறோம்.

மற்றவர்கள் என்ன நினைத்துக் கொண்டிருக்கிறார்கள் என்பது நமக்குத் தெரியாது. அவர்கள் என்ன செய்து கொண்டிருக்கிறார்கள் என்பதை மட்டுமே நாம் அறிவோம்.

அவர்கள் நம்மைப் பார்க்கும்போதும் துல்லியமாக இதைத்தான் பார்க்கின்றனர். நாம் நினைப்பதை அல்லாமல், நாம் செய்வதை அவர்கள் பார்க்கின்றனர்.

நம்மிடம் ஒரு நூறு திட்டங்கள் இருக்கக்கூடும், ஆனால் நாம் செயல்படுத்துபவை மட்டுமே மற்றவர்களுக்குத் தெரிகின்றன. செயல்படுத்தப்படாத திட்டங்களால் எந்தப் பயனும் இல்லை.

எண்ணங்கள் சக்திவாய்ந்தவை – அவை செயல்நடவடிக்கைகளாக மாற்றப்படும்போது!

செயல்நடவடிக்கை இல்லாமல், அவை நிறைவேற்றப்படாத வெற்று வாக்குறுதிகளே.

நாம் கவனமாகக் கேட்டுக் கொண்டிருக்கிறோம் என்பதைக் காட்டுவதற்கு நாம் தலையாட்டுகிறோம்.
ஆனால் நாம் கேட்டுக் கொண்டிருப்பது நமக்கு எதிரே இருப்பவர் சொல்வதை அல்ல.
மாறாக, அடுத்து நாம் என்ன சொல்ல வேண்டும் என்று நம் மனம் நம்மிடம் சொல்லிக் கொண்டிருக்கிறதோ, அதை நாம் கேட்டுக் கொண்டிருக்கிறோம்.

நாம் கேட்கும்போது, நாம் உண்மையிலேயே கேட்கிறோமா அல்லது நம்முடைய பதிலை நம் மனத்தில் உருவாக்கிக் கொண்டிருக்கிறோமா?

நாம் கேட்கும்போது, நாம் ஒரு திறந்த மனத்துடன் வருகிறோமா அல்லது எல்லா விடைகளும் அறிந்த ஒரு மூடிய புத்தகமாக வருகிறோமா?

நாம் கேட்கும்போது, நாம் உதவி செய்ய விரும்புகிறோமா அல்லது நம்முடைய கண்ணோட்டத்தைத் திணிக்க விரும்புகிறோமா?

நாம் பதில் சொல்வதற்காகக் காதுகொடுத்துக் கேட்டுக் கொண்டிருக்கிறோம் என்பதைக் காட்டுவதற்காக நாம் தலையசைக்கிறோம்.

ஆனாலும், அடுத்தவர் உண்மையிலேயே தெரிவிக்க விரும்புவதை நாம் உண்மையிலேயே காதுகொடுத்துக் கேட்பதற்காக நாம் தலையசைத்தால் என்னவாகும்?

நம்முடைய பதிலைத் தயாரிப்பதற்குப் பதிலாக, நம்மை நோக்கி வருவதைப் புரிந்து கொள்வதற்காக மட்டும் நாம் தலையசைத்தால் என்னவாகும்?

உங்களுடைய வருகை உங்களுடைய ஒழுங்கை வரையறுப்பதில்லை.

உங்களுடைய கவனம்தான் உங்கள் ஒழுங்கை வரையறுக்கிறது.

கல்லூரியில் நீங்கள் ஒரு குறிப்பிட்ட நாட்கள் கண்டிப்பாக வகுப்புகளுக்குச் சென்றாக வேண்டும்.

நீங்கள் கட்டாயம் அலுவலகத்திற்கு வந்துதான் வேலை செய்ய வேண்டும் என்று சில நிறுவனங்கள் எதிர்பார்க்கின்றன.

மோசமான விஷயம் என்னவென்றால், நீங்கள் முற்றிலும் வெறுக்கின்ற விருந்துகளில் நீங்கள் கலந்து கொள்ள வேண்டும் என்று உங்கள் உறவினர்கள்கூட விரும்புகின்றனர்.

நீங்கள் கலந்து கொள்கிறீர்கள், ஆனால் நீங்கள் அதில் மகிழ்ச்சியாக இல்லை என்றால்?

நீங்கள் செய்வதறியாமல் தடுமாறுவீர்கள், எல்லோரையும் வெறுப்பீர்கள், உங்கள் வாழ்க்கையையும் வெறுப்பீர்கள்.

நீங்கள் எதில் இடம் பெற்றாலும் அதில் முழுமையாக உங்களை ஈடுபடுத்திக் கொள்ளும்போதுதான் உங்கள் ஒழுங்கு வரையறுக்கப்படுகிறது.

நீங்கள் அதில் ஆர்வம் கொண்டுள்ளீர்கள், அதில் முழுமையாக ஈடுபட்டுள்ளீர்கள் என்பதை அது காட்டுகிறது.

நீங்கள் வெறும் உடலளவில் எத்தனை முறை

பங்கு கொள்கிறீர்கள் என்பது முக்கியமல்ல; மனத்தளவில் எவ்வளவு உண்மையுடன் கலந்து கொள்கிறீர்கள் என்பதே முக்கியம்.

நீங்கள் யாருடன் நேரம்
செலவிடுகிறீர்கள் என்பது நீங்கள்
கேட்கின்ற கதைகளை வரையறுக்கும்.

நீங்கள் கேட்கின்ற கதைகள், உங்கள்
தலையில் இடம் பெறும் கதைகளை
வரையறுக்கும்.

உங்கள் தலையிலுள்ள கதைகள்
உங்களை வரையறுக்கும்.

நீங்கள் யாருடன் நேரம்
செலவிடுகிறீர்களோ அவர்களைப்
புத்திசாலித்தனமாகத் தேர்ந்தெடுங்கள்.

சம்பளத்திற்காக அன்றி, கற்பதற்காக மேம்படுங்கள்.
ஸ்திரத்தன்மைக்காக அன்றி, முன்னேற்றத்திற்காக மேம்படுங்கள்.
சௌகரியத்திற்காக அன்றி, பயங்களை எதிர்கொள்வதற்காக மேம்படுங்கள்.

ஒரே சம்பளத்துடன்கூடிய இரண்டு வேலைகள் உங்களுக்குக் கிடைத்திருந்தால், வளர்ச்சிக்கான வாய்ப்பு உள்ளதையே நீங்கள் தேர்ந்தெடுக்க வேண்டும்.

பணம் மற்றும் வேலை விஷயத்தில் நீங்கள் உண்மையிலேயே ஸ்திரத்தன்மையை விரும்பினால், முன்னேற்றத்தைத் உங்கள் வாழ்க்கைமுறையாக ஆக்கிக் கொள்ளும்வரை அது உங்களுக்குக் கிடைக்காது.

சௌகரியம் நீங்கள் எதிர்கொள்ள பயப்படுகின்ற விஷயத்திலிருந்து வருகிறது. சௌகரிய வட்டத்திற்குள்ளேயே தங்கிவிடுவதுதான் நீங்கள் செய்யக்கூடிய மிக ஆபத்தான விஷயமாகும்.

செய்வதற்குச் சுலபமான விஷயங்கள்தாம் வாழ்வில் பின்வருத்தம் தருகின்ற விஷயங்களாகவும் இருக்கின்றன.

ஆனாலும், அந்த விஷயங்கள்தாம் நம்முடைய வாழ்க்கையை சுலபமாக்குகின்றன.

வேலையில் ஒரு புதுமுகம் என்ற முறையில், நீங்கள் கவனிக்கப்படாமல் இருக்கக்கூடும்.

எதிர்த்துக் கேள்வி கேட்காமல் உங்கள் வேலையைச் செய்யுங்கள், உங்கள் மேலதிகாரி சொல்வதைச் செய்யுங்கள், அளவுக்கதிகமாக நட்பாக நடந்து கொள்ள முயற்சிக்காதீர்கள்.

தொடர்ந்து நீடிப்பதுதான் முக்கியம்.

அடக்கி வாசியுங்கள்.

நம்மிடம் கூறப்பட்டுள்ள பல பொய்களில் இதுவும் ஒன்று.

உலகிலுள்ள மிகவும் சாமர்த்தியமான மக்களில் சிலர் உங்களுடைய தூக்க நேரத்திற்காகப் போட்டி போட்டுக் கொண்டிருக்கின்றனர்.

இதற்கு என்ன அர்த்தம் தெரியுமா?

உங்கள் தூக்கம் மிக முக்கியமானது.

உங்களுக்கும் அவர்களுக்கும்.

அவர்கள் வெற்றி பெற அனுமதிக்காதீர்கள்!

சமூக ஊடகங்களும் நெட்ஃபிளிக்ஸ் போன்ற தளங்களும் உங்களுடைய கவனத்தை அபகரிக்கும் விதத்தில் வடிவமைக்கப்பட்டுள்ளன.

நீங்கள் பார்க்கும் விஷயங்கள் உங்களுக்கு எவ்வளவு அதிகமாகப் பிடித்திருக்கிறதோ, அவ்வளவு அதிகமாக அவர்கள் உங்களுக்குப் பரிந்துரைப்பார்கள். அதிகத் தொலைக்காட்சி நேரம். குறைவான தூக்கம்.

ஊக்குவிப்பால் பயனில்லை, திரையுடனான தொடர்பைத் துண்டிப்பது பலனளிக்கிறது. உலகிலுள்ள சாமர்த்தியமான மனங்கள் அனைத்தும், உங்களை எப்படித் தொலைக்காட்சியுடன் ஐக்கியப்படுத்துவது என்பதைப் பற்றி ஒவ்வொரு நாளும் இருபத்து நான்கு மணிநேரமும் சிந்தித்துக் கொண்டிருக்கின்றன.

மற்ற எல்லாவற்றையும் ஒதுக்கித் தள்ளிவிட்டு உங்களுடைய தூக்கத்திற்கு முக்கியத்துவம் கொடுப்பதுதான் சுயநேசத்திற்கான மாபெரும் இரகசியமாகும்.

நீங்கள் இனியும் முயற்சிக்கத் தேவையில்லை என்ற எண்ணத்தை வசதி உங்களுக்குக் கொடுக்காதபடி பார்த்துக் கொள்ளுங்கள்.

கடின உழைப்பின் மூலம் உங்களுக்கு ஒரு நல்ல வேலை கிடைத்திருக்கிறது.

இனி நீங்கள் மேம்பட முயற்சிக்கத் தேவையில்லை.

நீங்கள் அக்கறை கொண்டுள்ள மக்களுடன் நீங்கள் அழகான உறவுகளைக் கொண்டுள்ளீர்கள்.

அவர்கள்மீது இனி அதிக அக்கறை காட்ட வேண்டியதில்லை.

கடினமான உடற்பயிற்சியின் மூலம் ஒரு திடகாத்திரமான உடலைப் பெற்றிருக்கிறீர்கள்.

அதைப் பராமரிக்க இனி நீங்கள் முயற்சிக்க வேண்டியதில்லை.

இவை எல்லாம் தவறு!

சௌகரியம் என்பது நீங்கள் அடைய விரும்புகின்ற ஓர் இலக்கு.

அதிக முயற்சி அதற்கான ஒரு வழி.

சௌகரியத்திற்கு அடுத்த நிலையை எட்டுவதற்கான வழி அது.

நாம் ஒரே நிறுத்தத்தில் (சௌகரியம்) தங்கிவிட்டால், நம்முடைய வீட்டை (மகிழ்ச்சி) நாம் மறந்துவிடுவோம்.

சௌகரியமானதாகத் தோன்றுகின்ற ஒன்றில் நீடிப்பதன் மூலம் மகிழ்ச்சி வருவதில்லை. உங்களுடைய சௌகரியத்தை வெட்டிச் சாய்ப்பதன் விளைவால் வருவதே மகிழ்ச்சி. அப்போதுதான், நீங்கள் உங்களுடைய சௌகரிய வட்டத்திற்கு வெளியே இருப்பது உங்களுக்கு எப்போதும் சௌகரியமாக இருக்கும்.

நீங்கள் எடுத்து வைக்கின்ற எந்தவோர் அடியும் சிறியதல்ல - அது நீங்கள் போக விரும்புகின்ற திசையில் அமையும்வரை!

கடின உழைப்பு மற்றும் தொழில்வாழ்க்கை வெற்றியில் வெறியாக இருக்கின்ற ஒரு சமுதாயத்தில், சலிப்பை நாடுவது ஓர் எதிர்ப்பு நடவடிக்கையாகும்.

ஓய்வு நேரத்தின் ஊடாக நீங்களாகவே விரும்பி சலிப்பை நாடுவது உங்களுக்கு ஒரு சௌகரிய உணர்வைக் கொடுக்கும்.

தனியராக சலிப்பை நாடுவது பிறருடன் சேர்ந்து நேரத்தைச் செலவழிக்க வேண்டும் என்ற ஏக்கத்தை உங்களுக்குள் தோற்றுவிக்காது.

தொடர்கதையாய் வந்து கொண்டிருக்கின்ற தினசரிப் பழக்கங்களில் சலிப்பை நாடுவது வெற்றியை நீங்கள் தானாகத் தோற்றுவிக்க வழி வகுக்கும்.

சலிப்பான வேலைகளில் சௌகரியத்தை உணர்தல்தான் இருப்பதிலேயே கடினமானது என்பதை அறியாமலேயே நாம் வெற்றியை விரும்புகிறோம், அதை அடைவதற்காகக் கடினமாக உழைக்கிறோம்.

முடியாது என்று கூறுவதுதான் சரியான செயல் என்று தெரிந்தும், முடியாது என்று கூறுவது கடினமாக இருக்கிறதா?

அதற்கு முக்கியக் காரணம், மற்றவர்கள் உங்களைப் பற்றி என்ன நினைப்பார்களோ என்று நீங்கள் கவலைப்படுவதுதான்.

சமூக வலைத்தளங்களில் நீங்கள் சரியான நபர்களைப் பின்தொடர்ந்தால், வாய்ப்புகள் தாமாக வரும்.

அதிர்ஷ்டத்தால் அல்ல!

இணையத்திலும் சரி, நேரிலும் சரி, நீங்கள் யாருடன் உங்கள் நேரத்தைச் செலவிடுகிறீர்களோ, நீங்கள் அவர்களைப்போல ஆவீர்கள்.

வாழ்க்கையைப் பற்றிய கேள்விகளைக் கேட்பீர்கள்.

குறை கூறுவீர்கள் அல்லது தீர்வுகளைக் கண்டுபிடிப்பீர்கள்.

புதிய விஷயங்களை ஏற்றுக் கொள்ள மறுப்பீர்கள்; அல்லது, 'ஒருவேளை இப்படி நடந்தால்?' அல்லது 'ஏன் முடியாது?' என்று கேட்பீர்கள்.

நாம் இப்படியெல்லாம் நடந்து கொள்வதற்குக் காரணம், சமூக வலைத்தளங்களில் மக்களைப் பின்தொடர்வதற்கு நாம் மேற்கொண்டுள்ள தேர்ந்தெடுப்புகளின் விளைவுதான்.

சரியான நபர்களைப் பின்தொடர்வது, புதிய வாய்ப்புகளைப் பயன்படுத்தி உங்கள் வாழ்க்கையை எவ்வாறு உருவாக்குவது என்பதை உங்களுக்குக் கற்றுக் கொடுக்கிறது.

என்னுடைய பழக்கங்களைப் பற்றிய ஒரு சிறு குறிப்பு

பழக்கங்களைப் பற்றி நான் என்ன நினைக்கிறேன் என்பதை நீங்கள் அறிவீர்கள். என்னுடைய சில பழக்கங்களை இப்போது பார்க்கலாம்.

பழக்கம் 1

நான் என்னுடன் எப்போதும் ஒரு நோட்டுப் புத்தகத்தை வைத்திருக்கிறேன்.

ஒரு மாணவனைப்போல நான் குறிப்பெடுக்கிறேன்.

என்னுடைய வேலைகளை நான் அட்டவணைப்படுத்துகிறேன்.

எதிர்காலத்தில் எனக்கு நானே மின்னஞ்சல்கள் அனுப்பிக் கொள்கிறேன்.

என்னுடைய மனத்தின் ஆற்றல் சிந்திப்பதில் செலவிடப்பட வேண்டும்.

விஷயங்களை நினைவில் வைத்துக் கொள்வதில் அல்ல!

பழக்கம் 2

எல்லாவற்றையும் ஆவணப்படுத்துங்கள்.

நான் எப்போதும் மூன்று நோட்டுப் புத்தகங்களை வைத்திருக்கிறேன்:

1. யோசனைகள்
2. அன்றாட வேலைகளின் பட்டியல்
3. சந்திப்புக்கூட்டக் குறிப்புகள்

நான் எல்லாவற்றையும் எழுதிக் கொள்கிறேன்.

எழுதுவது, இது முக்கியமானது என்று மூளைக்குச் சொல்ல உதவுகிறது.

நான் எதையும் நினைவில் வைத்துக் கொள்ள விரும்புவதில்லை.

பழக்கம் 3

நான் எல்லாவற்றையும் ஒரு கால அட்டவணையில் பதிவு செய்துவிடுகிறேன்.

என்னுடைய அட்டவணைதான் என்னுடைய உயிர்நாடி.

எல்லாம் என் அட்டவணையில் உள்ளது.

செலுத்தப்பட வேண்டிய கட்டணங்கள், நினைவில் வைத்துக் கொள்ளப்பட வேண்டிய பிறந்தநாட்கள், எழுதப்பட வேண்டிய வலைப்பதிவுகள், வாராந்திர வேலைகள்.

நான் விழித்திருக்கும் நேரத்தில் பாதியை, முக்கியமான, ஆனால் அவசரமற்ற வேலைகளில் செலவிடுகிறேன்.

பழக்கம் 4

எதிர்காலத்தில் எனக்கு நானே அனுப்பிக் கொள்வதற்கான மின்னஞ்சல்களை உருவாக்குகிறேன்.

நான் பல விஷயங்களில் ஆர்வம் கொண்டுள்ளதால், அவற்றை முன்னுரிமைப்படுத்துவது முக்கியமாகிறது.

என் விஷயத்தில், முன்னுரிமைப்படுத்துவது

என்பது அட்டவணைப்படுத்துவதைப் பற்றியதாகும்.

எதிர்கால மின்னஞ்சல்கள் அதற்கு உதவுகின்றன.

பழக்கம் 5

முடிந்தவரை எல்லா வேலைகளுக்கும் நான் தொழில்நுட்பத்தைப் பயன்படுத்துகிறேன்.

பல வேலைகள் உங்கள் நேரத்தை உறிஞ்சுகின்றன, ஆனால் முன்னால் போகவிடாமல் அவை உங்களைத் தடுக்கின்றன.

அப்பிரச்சனைகளைத் தீர்ப்பதற்குத் தொழில்நுட்பத்தைப் பயன்படுத்துவதைப் பற்றி யோசியுங்கள்.

பழக்கம் 6

என்னுடைய கால அட்டவணையை நான் என் மனைவியுடன் பகிர்ந்து கொள்கிறேன்.

இது உங்கள் வாழ்க்கையைத் தலைகீழாகப் புரட்டிப் போடும் என்பதில் சந்தேகமில்லை. என் மனைவி அந்த அட்டவணையிலிருந்து விஷயங்களை நீக்கலாம், புதிதாகச் சேர்க்கலாம், பழையவற்றைத் திருத்தி அமைக்கலாம், என்ன வேண்டுமானாலும் செய்யலாம்.

எனவே, குடும்ப நிகழ்வுகள் குறித்து நான் எதையும் நினைவில் வைத்துக் கொள்ள வேண்டியதில்லை.

என் மனைவி அவற்றை அதில் சேர்த்துவிடுவாள்.

அதிகபட்ச உற்பத்தித்திறன்!

பழக்கம் 7

நான் இரண்டு வாட்ஸப் குழுக்களை வைத்திருக்கிறேன்.

ஒருவருடன் சேர்ந்து ஒரு வாட்ஸப் குழுவை உருவாக்குங்கள்.

பிறகு அந்த நபரை அதிலிருந்து வெட்டிவிடுங்கள்.

இப்போது அக்குழுவில் நீங்கள் மட்டும்தான் இருப்பீர்கள்.

அக்குழுவை முதல் இடத்திற்குப் 'பின்' செய்துவிடுங்கள்.

விஷயங்களை எளிதாகக் கையாள்வதற்கும் பகிர்ந்து கொள்வதற்கும் அதைப் பயன்படுத்திக் கொள்ளுங்கள்.

1. ஆவணங்கள்/படங்கள்

   என்னுடைய முக்கியமான ஆவணங்களின் நகல்களை நான் இங்கேதான் சேமிக்கிறேன் (பான் அட்டை, ஓட்டுநர் உரிமம், பாஸ்போர்ட், பயணச்சீட்டுகள் போன்றவற்றின் நகல்கள்).

2. எண்ணங்கள்

   எனக்குத் தோன்றும் விஷயங்கள், நான் எடுக்கும் புகைப்படங்கள், நான் பதிவு செய்யும் வலைப்பதிவுகள் போன்றவற்றை நான் இங்கே சேமிக்கிறேன்.

பழக்கம் 8

மதியம் ஒரு குட்டித் தூக்கம் என்னுடைய தினசரி வழக்கம்.

மதிய உணவுக்குப் பிறகு ஒரு மணிநேரம் தூங்க வேண்டும் என்று என் தாயார் எப்போதும் வலியுறுத்தினார்.

அப்பழக்கம் என்னுடன் தங்கிவிட்டது என்று நினைக்கிறேன்.

சீனாவிலும் கொரியாவிலும்கூட மக்கள் தங்கள் அலுவலகங்களில் மதியம் ஒரு குட்டித் தூக்கம் போடுவது ஒரு கலாச்சாரமாக இருப்பதை நான் பார்த்திருக்கிறேன்.

அதை என் நிறுவனத்தில் நான் செயல்படுத்தவில்லை, ஆனால் தனிப்பட்ட முறையில் நான் செயல்படுத்தினேன்.

அலுவலகத்தில் நான் 15 நிமிடங்கள் ஆழ்ந்து உறங்குவேன். நான் அதிலிருந்து விலகிய பிறகு, மதியம் தினமும் ஒரு மணிநேரம் தூங்குகிறேன்.

என் மகளும் இதில் என்னுடன் சேர்ந்து கொள்வாள்.

பழக்கம் 9

சரியான சூழலை நிலைப்படுத்துவது மிகவும் முக்கியம்.

நான் ஒருபோதும் என் படுக்கையில் வைத்து வேலை செய்வதில்லை, எப்போதும் ஒரு மேசையின்மீதுதான் வேலை செய்கிறேன்.

நான் படுத்துக் கொண்டு படிப்பதில்லை, ஒரு நாற்காலியில் அமர்ந்துதான் படிப்பேன்.

நான் திரையில் எதையேனும் பார்த்தபடி சாப்பிடுவதில்லை.

ஓர் இருட்டான அறையில் நான் ஒருபோதும் வேலை செய்வதில்லை. இயற்கையான வெளிச்சம் எனக்கு முக்கியம்.

வீட்டிலிருந்து வேலை செய்யும்போதுகூட, அலுவலகத்திற்கான உடைகளையே அணிந்து வேலை செய்யுங்கள். இது உங்களை அலுவலகத்தில் இருப்பதுபோல உணரச் செய்யும்.

சீராக வேலை செய்ய முயற்சிக்கும்போது, உங்கள் சூழலின் முக்கியத்துவத்தைக் குறைத்து எடைபோட்டுவிடாதீர்கள்!

பழக்கம் 10

எது முக்கியமோ அதன்மீது மட்டுமே உங்கள் புலன்கள் கவனம் செலுத்துவதை உறுதி செய்யுங்கள். அவசரமானவற்றைக் கண்டுகொள்ளாதீர்கள்.

ஓர் இனம் என்ற முறையில், நம்முடைய புலன்கள் நமக்காக வேலை செய்யும் விதத்தில் பரிணாம வளர்ச்சி அடைந்துள்ளன. நாம் பார்க்கின்ற, முகர்கின்ற, தொடுகின்ற, கேட்கின்ற, சுவைக்கின்ற அனைத்தும்தாம் பெரும்பாலும் நம்முடைய எதிர்வினைகளைத் தூண்டுகின்றன.

நடவடிக்கைகளில் இறங்குவதற்கு நான் என்னுடைய புலன்களைப் பயன்படுத்துகிறேன்.

நீங்கள் தூங்கும்போது, உங்கள் அலைபேசியை வேறோர் அறையில் வைத்துவிடுங்கள்.

உங்களுடைய புத்தகத்தை உங்கள் பார்வையில் படுகின்ற ஓர் இடத்தில் வையுங்கள்.

படுக்கையிலிருந்து உங்களை உற்சாகமாகத் துள்ளியெழ வைக்கின்ற ஒரு பாடலை உங்களுடைய அலாரமாக அமைத்துக் கொள்ளுங்கள்.

தினமும் வேலையைத் தொடங்கும்போது உங்களுக்குப் பிடித்தமான வாசனைத் திரவியத்தைப் பூசிக் கொள்ளுங்கள்.

இவையெல்லாம் சிறப்பாகப் பலனளிக்கின்றன!

உலகம் முன்னோக்கி நடைபோட்டுக் கொண்டிருக்கின்றபோது, சோம்பேறித்தனத்திற்குள் விழுவதும் மந்தமாக உணர்வதும் சுலபமானவையாக ஆகிக் கொண்டிருக்கின்றன.

உங்களை நீங்கள் அந்த மந்தமான மனப்போக்கிலிருந்து மீட்டெடுத்துச் செயலில் குதிக்க வைப்பதும் சம அளவு சுலபமாகிக் கொண்டிருக்கிறது.

உண்மையில், இது நோக்கத்தைப் பற்றிய ஒரு விஷயம்.

இது இனியும் திறன் சார்ந்த ஒன்றல்ல.

முன்னேற்றம் அடைந்து கொண்டிருக்கும்போது மகிழ்ச்சியையும் திருப்தியையும் உணர்வதற்கு மனித மனம் பக்குவப்படுத்தப்பட்டுள்ளது.

இந்த முன்னேற்றத்தை அளவிடக்கூடிய ஒரு விதத்தில் உங்கள் வாழ்க்கையை அமைத்துக் கொள்ளுங்கள்.

உங்களுடைய உற்பத்தித்திறனின் ஒரு லேசான மேம்பாடுகூடக் காலப்போக்கில் விளைவுகளைப் பெற்றுக் கொடுக்கும்.

பகுதி 3

விழிப்புணர்வு

இன்றைய நான், இருபது வயது இளைஞனாக இருந்த எனக்கு என்ன அறிவுரை கொடுத்திருப்பேன் என்று யாரேனும் என்னிடம் கேட்கின்ற ஒவ்வொரு முறையும், அதற்கு என்னுடைய பதில் ஒன்றுதான்:

"உங்கள் வாழ்வில் நீங்கள் மேற்கொள்கின்ற தீர்மானங்கள் அறியாமையின் அடிப்படையில் அன்றி, விழிப்புணர்வின் கண்ணோட்டத்தில் மேற்கொள்ளப்படுவதை உறுதி செய்து கொள்ளுங்கள்!"

இணையத்தளத்தில் நான் செய்கின்ற எல்லாமே, மக்களுக்கு அதிக விழிப்புணர்வைக் கொடுத்து அதன் மூலம் அவர்கள் சிறந்த தேர்ந்தெடுப்புகளை மேற்கொள்ள அவர்களுக்கு உதவுவதற்காகவே நான் செய்கிறேன்.

என்னுடைய குழுவினரிடமும் நான் அதையேதான் சொல்கிறேன். நாங்கள் டிஜிட்டல் உள்ளீடுகளை உருவாக்கிக் கொண்டிருக்கவில்லை. மாறாக, மக்கள் சிறப்பான தீர்மானங்களை மேற்கொள்வதற்கு உதவுகின்ற விழிப்புணர்வை நாங்கள் உருவாக்கிக் கொண்டிருக்கிறோம்.

அடுத்து வரும் ஒரு சில பக்கங்களில் நான் விழிப்புணர்வைப் பற்றிப் பேசியுள்ள விஷயங்கள் உங்கள் தீர்மானங்களில் உதவும் என்று நான் நம்புகிறேன்.

ஒன்றை எல்லோரும் செய்தால், அது மீண்டும் சொல்லப்பட வேண்டிய அவசியம் இருக்காது.

எல்லோரும் உடற்பயிற்சி செய்வதில்லை. எனவே, அது அடிக்கடிச் சொல்லப்பட்டாக வேண்டும்.

எல்லோரும் தங்கள் குழுக்களுடன் நேரம் செலவிடுவதில்லை.

எனவே, சிறந்த தலைவர்கள் அதை அடிக்கடிச் சொல்கின்றனர்.

எல்லோரும் நாட்குறிப்பு எழுதுவதில்லை. எனவே, நாம் அப்பழக்கத்தை சுவீகரிப்பதற்கு அறிவார்ந்த மனங்கள் நமக்கு உதவுகின்றன.

எல்லோரும் தொலைக்காட்சி பார்க்கின்றனர். எனவே, அது சொல்லப்பட வேண்டியதில்லை.

எல்லோரும் பீட்சா சாப்பிடுகின்றனர். எனவே, அது சொல்லப்பட வேண்டியதில்லை.

எல்லோரிடமும் ஒரு ஸ்மார்ட்ஃபோன் இருக்கிறது. எனவே, அதை வாங்கிக் கொள்ளும்படி யாரிடமும் சொல்லப்பட வேண்டியதில்லை.

மிகவும் முக்கியமான, ஆனால் மிகக் குறைவாகப் பின்பற்றப்படுகின்ற விஷயங்கள்தாம் சொல்லப்படுகின்றன.

மிக முக்கியமான விஷயங்களைச் செய்வது உங்களை முக்கியமானவராக ஆக்கும்.

என் வாழ்வில் நான் மேற்கொண்ட தீர்மானங்களில் பெரும்பாலானவை, அவற்றின்மீது நான் கொண்டிருந்த நம்பிக்கையால் மேற்கொள்ளப்படவில்லை.

சூழ்நிலை குறித்த என்னுடைய விழிப்புணர்வால்தான் அவற்றை நான் மேற்கொண்டேன்.

என்னுடைய முனைவர் பட்டப்படிப்பை நான் பாதியிலேயே நிறுத்தியது ஒரு நல்ல தீர்மானம்தானா என்பது அப்போது எனக்குத் தெரியவில்லை.

ஐஎஸ்பியில் சேர்ந்தது ஒரு நல்ல தீர்மானம்தானா என்பதும் எனக்குத் தெரியவில்லை.

சொந்த நிறுவனத்தைத் தொடங்குவதற்காக ஒரு பெருநிறுவன வேலையைத் துறந்தது சரிதானா என்பதும் எனக்குத் தெரியவில்லை.

அவை மூன்றும் சரியான தீர்மானங்கள்தானா என்பது எனக்கு உறுதியாகத் தெரியவில்லை.

ஆனாலும், விஷயங்களை உள்ளது உள்ளபடியே தொடர்வதற்கு நான் தயாராக இல்லை என்பது மட்டும் எனக்கு உறுதியாகத் தெரிந்திருந்தது.

நான் அந்தத் தீர்மானங்களை மேற்கொள்ள வேண்டும் என்பதை நான் அறிந்திருந்தேன். ஏனெனில், மற்ற எல்லா வழிகளையும் நான் ஆய்வு செய்து பார்த்திருந்தேன்.

நான் அந்தத் தீர்மானங்களை மேற்கொள்ள வேண்டும் என்பதை நான் அறிந்திருந்தேன்.

ஏனெனில், அவற்றை நான் மேற்கொள்ளாமல் போனது குறித்துப் பின்னாளில் நான் வருந்தாமல் இருப்பேன்.

அத்தீர்மானங்கள் சரியானவையா அல்லது தவறானவையா என்பது எனக்குத் தெரியவில்லை.

ஆனால், மற்ற அனைத்து வழிகளையும் பற்றிய விழிப்புணர்வைக் கொண்டிருந்தும்கூட அத்தீர்மானங்களை நாம் மேற்கொள்ளாமல் இருந்திருந்தால், அது நிச்சயமாகத் தவறான தீர்மானம்தான்.

தீர்மானங்கள் நாம் போய்ச் சேர விரும்புகின்ற இடங்களைப் பற்றித் தெரிந்து கொள்வதற்கானவை அல்ல.

அடுத்து நீங்கள் பயணிக்க விரும்புகின்ற பாதையைப் புரிந்து கொள்வதற்கானவையே அவை.

மக்கள் நம்மைப் பற்றி எவ்வாறு உணர்கிறார்கள் என்பது பற்றிய நம்முடைய உணர்வுதான் நம்முடைய நடவடிக்கைகளைத் தூண்டுகின்றன!

இது ஒரு கேள்விக்கு வித்திடுகிறது: நாம் யாருடைய வாழ்க்கையை வாழ்ந்து கொண்டிருக்கிறோம்?

நாம் விரும்பாவிட்டாலும்கூட, மற்றவர்களுக்கு நாம் கடமைப்பட்டிருப்பதால் நாம் சில நடவடிக்கைகளை மேற்கொள்கிறோம்.

நம்முடைய வேலையை நாம் வெறுப்பதால் வார இறுதியை நமக்குப் பிடித்தமான வேலைக்கு ஒதுக்கி வைத்திருக்கும்போது, நாம் அதற்குப் பதிலாக நம்முடைய நண்பர்களுடன் வெளியே போய்விடுகிறோம்.

ஒரு குறிப்பிட்ட நேரத்தில் தூங்குவதற்கான ஒழுங்கைக் கடைபிடிக்கத் தொடங்க முயற்சிக்கும்போது, நாம் கேளிக்கை விருந்துகளில் கலந்து கொள்ளப் போய்விடுகிறோம்.

மக்கள் நம்மைப் பற்றி நல்லவிதமாக உணர வேண்டும் என்பதற்காக நாம் அடிக்கடி 'சரி' என்று கூறுகிறோம்.

நமக்கு நாமே இழைக்கின்ற இச்சிறிய நம்பிக்கைத் துரோகங்கள் குறித்து இறுதியில் நாம் மோசமாக உணர்கிறோம்.

வேறொருவருக்காகத் தங்கள் வாழ்க்கையை வாழ்ந்து கொண்டிருக்கின்ற மக்கள் நிறைந்த

இவ்வுலகில், நாம் நமக்கு உண்மையாக நடந்து கொள்வதுதான் உண்மையிலேயே சிறப்பாக வாழப்பட்ட ஒரு வாழ்க்கையாகும்.

அது கடினமானது. ஆனால், வேறொருவரின் வாழ்க்கையை வாழ்வதைவிட இது இம்மியளவுகூட அதிகக் கடினமானதல்ல.

பணம் சார்ந்த கடனால் கொல்லப்பட்டுள்ளவர்களைவிட உணர்ச்சி சார்ந்த கடனால் அதிகமானோர் கொல்லப்பட்டுள்ளனர்.

உங்கள் பெற்றோரிடம் "நான் உங்களை நேசிக்கிறேன்" என்று நீங்கள் ஒருபோதும் கூறாமல் போன கடன்.

எப்போதும் உங்களுக்குத் துணையாக இருந்த உங்கள் நண்பரிடம் ஒருபோதும் மன்னிப்புக் கேட்காமல் போன கடன்.

மற்றவர்களைத் திருப்திப்படுத்துவதில் நீங்கள் மும்முரமாக இருந்துவிட்டதால் நீங்கள் உங்களுடைய மகிழ்ச்சிக்காக ஒருபோதும் வாழாமல் போன கடன்.

பணம் வரும், போகும்.

என்றேனும் ஒரு நாள் நம்மால் அக்கடன்களைத் திருப்பிக் கொடுத்துவிட முடியும்.

ஆனால் உணர்ச்சி சார்ந்த கடன்கள் மேன்மேலும் குவிந்து கொண்டே போகும். நம்முடைய வாழ்வின் ஒவ்வொரு நாளும் அது நம்மைத் தொடர்ந்து உள்ளிருந்து கொன்று கொண்டே இருக்கும்.

இரண்டு விஷயங்களில் எதைத் தேர்ந்தெடுப்பது என்று உங்களுக்கு உறுதியாகத் தெரியவில்லை என்றால், இரண்டையும் தேர்ந்தெடுப்பது பெரும்பாலும் தவறான செயல்விடையாகவே இருக்கிறது.

உங்களுக்குப் பணம் வேண்டுமா அல்லது அதிகாரம் வேண்டுமா?

ஓர் அற்புதமான கல்லூரி வேண்டுமா அல்லது ஓர் அற்புதமான பயிற்சி வகுப்பு வேண்டுமா?

நீங்கள் பணத்தின் பின்னால் போக வேண்டுமா அல்லது வணிகச் சின்னத்தின் பின்னால் போக வேண்டுமா?

இரண்டின் பின்னாலும் என்று நீங்கள் கூறலாம்.

பிறகு சமரசம் அல்லது தீர்மானமின்மையுடன்கூடிய ஒரு வாழ்க்கையை வாழலாம்.

அல்லது, நீங்கள் செய்ய விரும்புவதை நீங்கள் தேர்ந்தெடுத்து அதில் வெற்றி பெறலாம்.

ஒருவேளை நீங்கள் வெற்றி பெறாவிட்டால், நீங்கள் வெளிப்படுத்திய துணிச்சலிடமிருந்து கற்றுக் கொள்ளுங்கள்.

ஒன்றைத் தேர்ந்தெடுப்பது கற்றுக் கொடுக்கிறது.

இரண்டையும் தேர்ந்தெடுப்பது குழப்பமூட்டுகிறது.

பதறாமல் அமைதியாக இருப்பது என்பது ஒரு திறமை

நீங்கள் எள்ளி நகையாடப்படும்போது அமைதியாக இருத்தல்.

நீங்கள் தனித்து விடப்படும்போது அமைதியாக இருத்தல்.

உங்களிடம் கேள்வி கேட்கப்படும்போது அமைதியாக இருத்தல்.

அவர்கள் சொல்வது சரி என்பதற்காக அல்ல. அவர்கள் சொல்வது சரியாக இருக்கலாம் அல்லது தவறாக இருக்கலாம்.

ஆனால் நீங்கள் பொறுமை இழந்தால், சூழ்நிலையை நீங்கள் மேலும் இனிமையற்றதாக ஆக்குகிறீர்கள்.

விஷயங்கள் பிரச்சனையின்றிப் போய்க் கொண்டிருக்கும்போது எவரொருவராலும் அமைதியாக இருக்க முடியும்.

புயல் வீசும்போதும் அமைதியாக இருத்தல் என்பது ஒரு திறமையாகும்.

ஒருவர் சிறப்பாகச் சுமந்து கொண்டிருக்கிறார் என்பதால், அது கனமாக இல்லை என்று அர்த்தமில்லை.

எல்லோரும் ஒரு கனமான சுமையைச் சுமந்து கொண்டிருக்கின்றனர்.

மற்றவர்களிடம் பரிவோடு நடந்து கொள்ளுங்கள்.

சோம்பேறித்தனத்தைக் காட்டிலும் பயம் அதிகமாகக் காலம் தாழ்த்துவதற்கு வழி வகுத்துள்ளது.

நீங்கள் சோம்பேறி என்பதால் நீங்கள் காலம் தாழ்த்துவதில்லை.

நீங்கள் பயந்து போயிருப்பதால் நீங்கள் காலம் தாழ்த்துகிறீர்கள்.

நான் தோற்றுவிட்டால்?

நான் வெற்றி பெற்றுவிட்டால்?

இதற்குப் பிறகு என் வாழ்க்கை
சரியாகிவிட்டால்?

நான் நிராகரிப்பை எதிர்கொள்ள
வேண்டியிருந்தால்?

நீங்கள் சோம்பேறி இல்லை. நீங்கள் மறுபுறத்தில் உங்களை எதிர்கொள்ளத் தயாராக இல்லை, அவ்வளவுதான்.

ஏனெனில், அங்கே இந்தக் காரணங்கள் எதுவும் உங்களுக்கு இருக்காது. பயமற்ற ஒரு வாழ்க்கைக்கு நீங்கள் பழக்கப்பட்டிருக்கவில்லை.

உங்களுடைய சொந்தச் சாதனையில் பாதுகாப்பைக் கண்டுகொள்வதுதான் மாபெரும் சாதனையாகும்.

வயதில் உங்களைவிட இளையவர் ஒருவர் எப்போதும் உங்களைவிட அதிகப் பணம் சம்பாதித்துக் கொண்டுதான் இருப்பார்.

உண்மை அதுதான்.

ஆனால், நீங்கள் எவ்வளவு வெற்றி பெற்றாலும், நீங்கள் இன்னும் பொறாமை கொண்டிருந்தால், நீங்கள் உண்மையிலேயே ஒரு வெற்றியாளர்தானா?

உலகம் திருப்தியை வெறுக்கிறது. திருப்திதான் நீங்கள் கைவசப்படுத்தக்கூடிய மிகவும் சக்திவாய்ந்த திறமையாகும்.

உங்கள் பயணத்தில் திருப்தி.

நீங்கள் எவ்வளவு தூரம் வந்திருக்கிறீர்கள் என்பதில் திருப்தி.

உங்களிடமிருந்து நீங்கள் வெளியேற்றியுள்ள தேவையற்ற விஷயங்கள் குறித்தத் திருப்தி.

உங்களுடைய திருப்தியில் திருப்தி!

நீங்கள் உண்மையிலேயே திருப்தி அடையும்போதுதான், நீங்கள் ஏற வேண்டிய பிற மலைகளை நோக்கிய உங்கள் பயணத்தை நீங்கள் இரசித்து அனுபவிப்பீர்கள். இல்லாவிட்டால், நீங்கள் எப்போதும் பக்கவாட்டிலேயே பார்த்துக் கொண்டிருப்பீர்கள், உங்கள் சொந்தப் பயணத்தின் பிரம்மாண்டமான காட்சியை நீங்கள் பார்க்கத் தவறிவிடுவீர்கள்!

அமைதியையும் உத்வேகத்தையும் போட்டுக் குழப்பிக் கொள்ளாதீர்கள்.

அமைதியாக இருத்தல் என்றால் உத்வேகமின்றி இருத்தல் என்று அர்த்தமில்லை.

அந்த உத்வேகத்தைச் செயல்நடவடிக்கைகளாக மாற்றுவதற்கான சக்தியைக் கொண்டிருத்தல் என்று அர்த்தமாகும்.

அமைதியான நபர்களிடம்தான் பெருமளவு உத்வேகம் இருக்கிறது. ஏனெனில், அவர்கள் தங்களுடைய துணிச்சலைப் பயன்படுத்தித் துணிகரச் செயல்களைச் செய்துள்ளனர். அவர்கள் அந்த உத்வேகத்தை வெறும் பேச்சில் விரயம் செய்வதில்லை.

அமைதிதான் உத்வேகம்.

அந்த உத்வேகம்தான் புதிய யோசனைகளை உருவாக்குகிறது.

அது எண்ணங்களை நடவடிக்கைகளாக மாற்றுகிறது.

தொட்டுணரப்பட முடியாதவற்றைத் தொட்டுணரப்படக்கூடியவையாக மாற்றுகிறது.

உங்களுடைய சுயபேச்சு உங்களுடைய சுயமதிப்பைத் தீர்மானிக்கிறது.

நம்மிடம் நாம் சொல்லிக் கொள்கின்ற கதைகள் நாம்தாம்.

நான் ஒரு தோல்வியாளன்! என்னால் ஒருபோதும் காலையில் சீக்கிரம் எழுந்திருக்க முடியாது! மக்களுடன் என்னால் ஒருபோதும் சகஜமாகப் பேச முடியாது!

அல்லது

நான் சிறிய அடிகள் எடுத்து வைத்தால், என்னால் அதைச் செய்ய முடியும்!

நான் போதுமானவன்!

கடந்தகாலத்தில் இதைவிட அதிகக் கடினமான பிரச்சனைகளை நான் கையாண்டிருக்கிறேன்.

நம்முடைய கதைகளின் ஊடாக ஓடுகின்ற ஒரு வாழ்க்கையை வாழ்வதற்காக தினமும் காலையில் நாம் கண்விழிக்கிறோம்.

கண்ணாடியில் நம்மை நாம் பார்க்கும்போது,

நம்மிடம் நாம் கூறுகின்ற கதைகளை நம்மால் மாற்ற முடியும்.

தவறான தீர்மானம் மேற்கொண்டுவிடுவோமோ என்ற பயத்தில் நீங்கள் ஒரு தீர்மானம் எடுக்காமல் இருக்கிறீர்களா?

நீங்கள் நகராவிட்டால், நீங்கள் ஏற்கெனவே தவறான தீர்மானம் எடுத்துவிட்டீர்கள் என்று அர்த்தம்.

நீங்கள் ஒரு தீர்மானம் மேற்கொள்ளும்போது, நீங்கள் வெற்றி பெறுவீர்கள் அல்லது வெற்றி பெற மாட்டீர்கள்.

நீங்கள் வெற்றி பெறும்போது, வாழ்க்கை எவ்வாறு வேலை செய்கிறது என்பதை நீங்கள் தெரிந்து கொள்வீர்கள்.

நீங்கள் வெற்றி பெறத் தவறும்போது, வாழ்க்கையை மாற்றக்கூடிய ஒரு பாடத்தை நீங்கள் கற்பீர்கள்.

நீங்கள் இருக்கும் இடத்திலேயே அசையாமல் இருந்தால், இவ்விரண்டில் எதுவும் நடக்காது.

அசைவு, வேகத்தைக் கொண்டுவருகிறது.

தேங்கி நிற்பது வருத்தத்தைப் பன்மடங்காக்குகிறது.

வாழ்க்கையில் கடினமான தீர்மானங்கள் மேற்கொள்வதற்கான சிறந்த 'உள மாதிரி' எது?

1. "நிகழக்கூடிய மிக மோசமான விஷயம் என்னவாக இருக்கும்?" என்று உங்களை நீங்களே கேட்டுக் கொள்ளுங்கள்.
2. உங்களுடைய கண்களை மூடிக் கொண்டு, அதை விரிவாகக் கற்பனை செய்யுங்கள்.
3. பிறகு, "நான் மனரீதியாகவும், சமூகரீதியாகவும், பொருளாதாரரீதியாகவும், உடல்ரீதியாகவும், உணர்ச்சிரீதியாகவும் நன்றாக இருப்பேனா?" என்று உங்களிடம் கேளுங்கள்.

ஆமாம் என்றால், உடனே செயலில் இறங்குங்கள்.

நீங்கள் தோற்றால், யார் மிகுந்த ஏமாற்றம் அடைவார்கள்?

அவர்களுக்கு ஏமாற்றத்தை ஏற்படுத்திவிடுவோமோ என்ற பயத்திலிருந்து உங்களை நீங்கள் விடுவித்துக் கொண்டால்?

நம்மில் பெரும்பாலானவர்களுக்கு, அது நம்முடைய பெற்றோர்தாம்.

அவர்களுக்கு ஏமாற்றம் ஏற்படுத்திவிடுவோமோ என்ற ஒரு நிரந்தர பயத்தில் நாம் நம் வாழ்க்கையை வாழ்கிறோம்.

ஆனால் நாம் அவர்களுடன் அரிதாகவே உரையாடுகிறோம்.

தோற்பதற்கு அனுமதிக் கேட்பதற்கான ஓர் உரையாடல்!

நமக்கு மிகவும் நெருக்கமான ஒருவர், என்ன ஆனாலும் தாங்கள் நம்மைத் தொடர்ந்து நேசிக்கப் போவதாக நம்மிடம் கூறும்போது, எல்லாவற்றையும் எதிர்கொள்வதற்கான துணிச்சல் நமக்கு வந்துவிடுகிறது.

அவர்களிடம் இன்றே பேசுங்கள்.

"நான் மிக மோசமான ஒரு சூழ்நிலையில் இருந்தால்கூட நீங்கள் தொடர்ந்து என்னை நேசிக்கவும் மதிக்கவும் செய்வீர்கள் என்பதை நான் தெரிந்து கொள்ள விரும்புகிறேன்," என்று அவர்களிடம் சொல்லுங்கள்.

முடியாது என்று அவர்கள் ஒருபோதும் கூற மாட்டார்கள்!

ஒன்றைச் செய்யும்போது அது உங்களுக்குக் குதூகலமூட்டவில்லை என்றால், மக்கள் அதை எளிதாகக் கண்டுபிடித்துவிடுவார்கள்.

இதை எல்லா இடங்களிலும் நீங்கள் காணலாம். ஒரு காய்கறி வியாபாரி தன்னுடைய வேலையை இரசித்துச் செய்வதையும், ஓர் உயர்ந்த சம்பளம் வாங்கிக் கொண்டிருக்கின்ற ஓர் அதிகாரி வருத்தமாக இருப்பதையும் நீங்கள் காணலாம்.

மகிழ்ச்சி (மற்றும் குதூகலம்) உங்கள் முகத்தின் வாயிலாகவும் உங்கள் கண்களின் வாயிலாகவும் பேசுகின்ற ஒரு மொழியாகும்.

அது திணிக்கப்படுவதில்லை.

அது உங்களின் ஊடாகப் பேசுகிறது.

உங்களால் மறைக்க முடியாத ஒரு விஷயம் அது.

அதுதான் அதனுடைய சிறந்த பண்பு.
மோசமான பண்பும் அதுதான்.

நீங்கள் செய்து முடித்திருக்காத ஒரு காரியம் குறித்து நீங்கள் உங்கள்மீது கோபம் கொண்டுள்ளீர்களா?

நீங்கள் முடித்திருக்காததற்குக் காரணம் அது உங்களுக்கு ஒரு முன்னுரிமை அல்ல என்பதுதான்.

இன்னும் நேரமிருக்கிறது என்று நீங்கள் நினைக்கிறீர்கள்.

வரைந்து முடித்திராத அந்த ஓவியம் உங்களுக்கு ஒரு முன்னுரிமை அல்ல.

உங்கள் தாயாருக்கான கடிதம் ஒரு முன்னுரிமை அல்ல.

உங்கள் அறையைச் சுத்தப்படுத்துவதும் ஒரு முன்னுரிமை அல்ல.

நேரம் நிறைய இருப்பதாக நீங்கள் நினைக்கிறீர்கள். ஆனால், உங்களிடம் இல்லாத ஒரே ஒரு விஷயம் நேரம்தான்!

முன்னுரிமைகள் நிறைவேற்றப்படுகின்றன.

காலம் தாழ்த்துவது பிரச்சனைகளாகப் பதவி உயர்வு பெறுகிறது.

வாழ்வில் பெரும்பாலான தீர்மானங்கள் மாற்றப்படக்கூடியவைதான்.
ஆனால் அவை கல்லில் செதுக்கப்பட்டுள்ளதாக நாம் அனுமானிக்கிறோம்.

தீர்மானங்கள் மாற்றப்படக்கூடியவைதான் என்று நாம் நினைக்கின்ற கணத்தில், நாம் தற்செயல் நிகழ்வுகளுக்கு ஒரு வாய்ப்புக் கொடுக்கத் தொடங்குகிறோம்.

பெரும்பாலான தீர்மானங்களை நம்மால் மாற்ற முடியும் – முதலில் நாம் அவற்றை உருவாக்கிய பிறகு.
ஆனால் நம்மில் பெரும்பாலானோர் அது சாத்தியமென்று நினைப்பதில்லை. ஏனெனில், தீர்மானங்களுடன் நாம் விளைவுகளைப் பிணைக்கிறோம்.

தீர்மானங்கள் மாற்றப்படக்கூடியவைதாம் என்ற அறிதலோடு நாம் அவற்றை மேற்கொள்ளும்போது, நாம் ஒரு விஷயத்தை உணர்கிறோம். நாம் வெறுமனே தீர்மானித்து நடவடிக்கை எடுக்கும்போது, நாம் செய்ய வேண்டிய இன்னும் எவ்வளவு விஷயங்கள் இருக்கின்றன என்பதை நாம் கண்டறிகிறோம்.

விளைவுகளுடன் அன்றி,
செயல்முறையுடன் தங்களைப் பிணைத்துக் கொள்கின்றவர்களுக்குத்தான் தற்செயல் நிகழ்வுகள் நிகழ்கின்றன.

எப்போது ‘முடியாது’ என்று சொல்ல வேண்டும் என்பதை அறிந்திருப்பதும்

அதைச் சொல்வதும்

ஒரு வாழ்க்கைத் திறமையாகும்.

நீங்கள் உண்மையுள்ளவராக இருந்து, நீங்கள் எல்லா நேரமும் நீங்களாகவே இருந்தால், உங்களுக்குப் போட்டியாளர் யாரும் இல்லை! நீங்களாக இருப்பதில் யாராலும் உங்களைத் தோற்கடிக்க முடியாது!

உங்களுக்குப் பாடப் பிடிக்குமா? அற்புதம்! உங்களைப்போலப் பாட முயற்சிக்கின்ற எவரொருவராலும் உங்களைத் தோற்கடிக்க முடியாது.

ஒரு நிறுவனத்தைத் தொடங்குவதற்குப் பதிலாக ஒரு வேலையில் சேர்வதை நீங்கள் விரும்புகிறீர்களா? நீங்கள் மகிழ்ச்சியாக வேலை செய்வதில் உங்களை வெல்ல யாராலும் முடியாது.

மற்றவர்களை நகலெடுக்க முனைகின்ற மக்கள் நிறைந்த இவ்வுலகில் நீங்கள் நீங்களாக இருப்பதுதான் உச்சகட்ட வெகுமதியாகும்.

தான் உள்ளது உள்ளபடியே இருப்பதைத் தேர்ந்தெடுக்கின்ற ஒருவரை, பணம், வெற்றி, லௌகிக இன்பங்கள் ஆகிய அனைத்தும் பின்தொடர்கின்றன.

மற்றவர்களைத் திருப்திப்படுத்துவதற்காகத் தன்னிடம் உண்மையாக நடந்து கொள்ளாத ஒருவரை, பணம், வெற்றி, லௌகிக இன்பங்கள் ஆகிய அனைத்தும் பின்தொடர்கின்றன – மகிழ்ச்சியைத் தவிர.

ஒன்றைச் செய்வதற்கு, நீங்கள் என்ன செய்ய வேண்டும் என்று தெரிந்திருப்பது மட்டும் போதாது!
விழிப்புணர்வு, தீர்மானத்தின் தொடக்கமே அன்றி, முடிவல்ல!

1 ஆம் நடவடிக்கை: விழிப்புணர்வு.

2 ஆம் நடவடிக்கை: செயல்படுத்துதல்.

3 ஆம் நடவடிக்கை: மீண்டும் முதலிலிருந்து தொடங்குதல்.

உங்களுக்கு விழிப்புணர்வு இருந்து, அது குறித்து நீங்கள் எதுவும் செய்யாமல் இருந்தால், நீங்கள் எங்கேயும் போய்ச் சேர மாட்டீர்கள்.

உங்களுக்கு விழிப்புணர்வு இருந்து, அதிலிருந்து நீங்கள் நடவடிக்கைகள் எடுத்தால், நீங்கள் எல்லா இடங்களுக்கும் போவீர்கள்.

உங்களுக்குத் தெரியும். நீங்கள் நடவடிக்கை எடுக்கிறீர்கள். உங்களுக்கு மேலும் சிறப்பாகத் தெரிகிறது. நீங்கள் தொடர்ந்து நடவடிக்கை எடுக்கிறீர்கள்.

ஆட்டுமந்தைத்தனமான போக்கைக் கடைபிடித்து, நீங்கள் யார் என்பதை நீங்கள் ஒருபோதும் அறியாமல் இருப்பதைவிட, உங்களைக் கண்டறிவதற்கான தேடலில் நீங்கள் மும்முரமாக இருப்பது சிறந்தது.

ஆறு மாதங்களுக்கு முன் நீங்கள் உங்களுடைய முழுநேர வேலையோடு சேர்த்து, பாட்டுப் பயிற்சியிலும் ஈடுபட்டீர்கள். அந்நேரத்தில் இசை உங்களுக்குப் பிடித்திருந்தது. ஆனால் பாடல் வரிகள்தாம் உங்களைப் பெரிதும் உந்தித் தள்ளின.

எனவே, இப்போது நீங்கள் உங்களுடைய முழுநேர வேலையைப் பார்த்துக் கொண்டே, சிறிய குழுக்களுக்குப் பாடல்கள் எழுதிக் கொடுக்கின்ற ஒரு பாடலாசிரியராக ஆகியுள்ளீர்கள்.

உலகம் அதை ஒரு வேட்டை என்று கூறக்கூடும்.

சொல்லிக் கொள்ளட்டும்.

நீங்கள் வெறுக்கின்ற ஒன்றைச் செய்வதில் நாள் முழுவதையும் கழிப்பதைவிட அது எவ்வளவோ மேல்.

எல்லோரும் அதைச் செய்கின்றனர் என்பதால் நீங்கள் அதைச் செய்ய வேண்டியதில்லை.

மதிப்பில்லாத எல்லாவற்றிலும் உங்களைத் தொலைப்பதற்குப் பதிலாக, மதிப்பு வாய்ந்த ஏதோ ஒன்றின் தேடலில் உங்களைத் தொலைப்பது எவ்வளவோ மேல்.

உங்களை மற்றவர்களுடன் ஒப்பிடுவதுதான் மிகப் பெரிய நேர விரயம்.

ஒவ்வொருவருக்கும் வெவ்வேறு தொடக்கங்கள் இருந்தன.

அவர்களுடைய பெற்றோர்களின் வேறுபட்ட மனப்போக்குகள்.

முற்றிலும் வேறுபட்ட ஆர்வங்கள் மற்றும் பொழுதுபோக்குகள்.

வெற்றி குறித்த அவர்களுடைய வேறுபட்டக் கண்ணோட்டங்கள்.

ஊரோடு ஒத்து வாழும்படி உங்களுக்குக் கற்றுக் கொடுத்த வெவ்வேறு ஆசிரியர்கள்.

இவ்வளவு வேறுபாடுகள் இருக்கும்போது, நீங்கள் இன்னொருவரை விஞ்ச வேண்டும் என்று நீங்கள் எதிர்பார்க்கிறீர்கள்.

அது உங்களுடைய பயணத்திற்கு ஓர் இழுக்கு. நீங்கள் இப்போது இருக்கும் இடத்திற்கு வந்து சேர்வதற்கு நீங்கள் பட்டக் கஷ்டங்கள் அனைத்திற்கும் இது ஓர் அவமரியாதையாகும்.

நீங்கள் உண்மையிலேயே ஒப்பிட விரும்பினால், நேற்று நீங்கள் யாராக இருந்தீர்களோ அவரோடு உங்களை ஒப்பிடுங்கள்.

நம்மிடம் எப்போதும் இரண்டு தேர்ந்தெடுப்புகள் இருக்கின்றன:

1. **சுலபமான ஒன்று**
2. **சரியான ஒன்று**

உங்கள் வேலையை நிறைவேற்றுவதைத் தாமதப்படுத்துவது சுலபமானது.

குறித்தக் காலக்கெடுவுக்குள் வேலையைச் செய்து முடிப்பது சரியான விஷயமாகும்.

ஒரு சக ஊழியரைப் பற்றி வம்பு பேசுவது சுலபமானது. அவர்களுடைய கண்ணோட்டத்தைப் புரிந்து கொள்வது சரியான விஷயமாகும்.

சுலபமானதைச் செய்வது சுலபமானது. சரியான செயலைச் செய்வது ஒருபோதும் தவறாகாது.

சுலபமான விஷயத்தைச் செய்து முடித்திருப்பதற்காக உங்களுக்கு உடனடி வெகுமதி வழங்கப்படும்.

சரியான விஷயத்தைச் செய்து முடித்திருப்பதற்காக இறுதியில் உங்களுக்கு வெகுமதி வழங்கப்படும்.

பொருட்களுக்கு நாம் அடிமையாகியிருக்கவில்லை. அப்பொருட்கள் தோற்றுவிக்கின்ற உணர்ச்சிகளுக்குத்தான் நாம் அடிமைப்பட்டுக் கிடக்கிறோம்!

கார், போன், சமூக ஊடகப் பதிவுகள், 'லைக்'குகள், விலையுயர்ந்த ஆடைகள், உயர்தர உணவகம் – இவை எல்லாம் வெறும் பொருட்களாகும்.

அவை நம்மைப் பற்றி நம்முள் எத்தகைய உணர்வுகளைத் தூண்டுகின்றனவோ, அவற்றுக்கு நாம் அடிமைப்பட்டுவிடுகிறோம்.

பொருட்கள் தவறானவை அல்ல. நம்முடைய உணர்ச்சிகளைப் புரிந்து கொள்வதற்கான திறன் நம்மிடம் இல்லாததுதான் பிரச்சனையே.

ஒரு வேலை, ஒரு பதவி, ஒரு நிறுவனம், ஒரு பாத்திரம், ஒரு சம்பளம் ஆகியவைத் தேடிக் கல்லூரிக்குப் போகாதீர்கள்.

உங்களைத் தேடிக் கல்லூரிக்குச் செல்லுங்கள்.
"நான் எதில் சிறந்தவன்?"
"எது எனக்கு மகிழ்ச்சியளிக்கிறது?"

கல்லூரியின் நோக்கம் வெறும் கல்வி அல்ல.

கல்வி இன்று சுலபமாகவும் ஏராளமாகவும் இணையத்தளத்தில் மலிந்து கிடைக்கிறது.

நீங்கள் எதை இரசித்துச் செய்கிறீர்கள் என்பதைக் கண்டுபிடிப்பதுதான் கல்லூரியின் நோக்கம்.

ஏதோ ஒரு வேலையைப் பெற்று அதிலேயே வாழ்நாள் முழுவதும் சிக்கிக் கிடப்பதற்குப் பதிலாக, பல்வேறு விஷயங்களை ஆய்வு செய்வதுதான் கல்லூரியின் நோக்கம்.

உங்களை நீங்கள் கண்டறிவதுதான் கல்லூரியின் நோக்கம்!

ஆன்லைன் வகுப்புகளில் சேர்ந்து கொள்ளுங்கள். ஏதோ ஒரு நிறுவனத்தில் வேலைப் பயிற்சியில் சேருங்கள். தொடர்புகளை எவ்வாறு உருவாக்குவது என்பதைக் கற்றுக் கொள்ளுங்கள். ஆன்லைன் சமூகங்களுடன் சேருங்கள். ஒரு புதிய நிறுவனத்தைத் தொடங்குங்கள். தனியாக உலகப் பயணம் மேற்கொள்ளுங்கள்.

எந்த நாற்காலி உங்களுக்குரியது என்ற உணர்வு உங்களுக்கு ஏற்படுகிறதோ, அதுவரை உங்களால் முடிந்த அளவு அதிக எண்ணிக்கையிலான நாற்காலிகளில் அமர்ந்து பாருங்கள்.

நீங்கள் கேட்காவிட்டால், எப்போதும் 'முடியாது' என்பது பதிலாக இருக்கும்.

நாம் தேர்ந்தெடுப்பதற்கு எப்போதும் தெரிவுகள் உள்ளன.
யாரும் எதிலும் சிக்கிக் கிடக்கவில்லை.
நாம் அந்தத் தேர்ந்தெடுப்புகளை மேற்கொள்வதற்குப் பயப்படுகிறோம், அவ்வளவுதான்.

என்ன செய்ய வேண்டும் என்பதை நாம் எப்போதுமே அறிவோம். நம்முடைய ஆத்ம நண்பன் என்ன சொல்வானோ என்று நாம் பயப்படுகிறோம். நம்முடைய அண்டைவீட்டார் நம்மைப் பற்றி என்ன புரளி பேசுவார்களோ என்று நாம் பயப்படுகிறோம். மற்ற எல்லாவற்றையும்விட, தோற்பது குறித்து அல்லது முயற்சிப்பது குறித்துக்கூட நாம் பயப்படுகிறோம்.

எனவே, நாம் எங்கே இருக்கிறோமோ அங்கேயே தொடர்ந்து நீடிக்கிறோம்.

பின்வருத்தம் கொள்வதைவிடப் பாதுகாப்பாக இருப்பது மேல்.

அது தவறு!

பின்வருத்தத்தைவிடத் துணிகர முயற்சி மேலானது.

20களில் இருப்பவர்களுக்கு

உங்களைச் சுற்றிலும் பாருங்கள்.

மக்கள் பின்வருத்தம் நிரம்பியவர்களாக உள்ளனர்.

எது அந்தப் பின்வருத்தத்திற்கு இட்டுச் சென்றது என்பதைப் புரிந்து கொள்ளுங்கள்.

அடுத்து நீங்கள் என்ன செய்ய வேண்டும் என்பதை அது உங்களுக்குச் சொல்லும்.

20களைக் கடந்தவர்களுக்கு

உங்களைச் சுற்றிலும் பாருங்கள்.

நீங்கள் பின்வருத்தம் நிரம்பியவராக இருக்கிறீர்கள்.

எது அந்தப் பின்வருத்தத்திற்கு இட்டுச் சென்றது என்பதை நீங்கள் அறிவீர்கள்.

மற்றவர்களிடம் அதைப் பற்றிச் சொல்லுங்கள். தாங்கள் என்ன செய்யக்கூடாது என்பதை அப்போது அவர்கள் தெரிந்து கொள்வர்.

நீங்கள் யாரிடமிருந்து கற்றுக் கொள்ள விரும்புகிறீர்கள் என்பது முக்கியமல்ல. நீங்கள் என்ன கற்றுக் கொள்கிறீர்கள் என்பதுதான் முக்கியம்.

இவ்வுலகில் மிகவும் ஆபத்தான மனிதர்கள் அறியாமை கொண்டவர்கள் அல்லர்.

அறியாமை கொண்ட, ஆனால் தாங்கள் செய்வது அல்லது நினைப்பது 'சரி' என்று நம்புகின்றவர்கள்தாம் உண்மையிலேயே மிகவும் ஆபத்தானவர்கள்.

உலகம் உங்களைப் பற்றிச் சொல்கின்ற விஷயங்கள் உங்கள் கட்டுப்பாட்டில் இல்லை.

உலகம் உங்களைப் பற்றி ஏதேனும் சொல்லும்போது, பதிலுக்கு நீங்கள் என்ன சொல்கிறீர்கள் என்பது உங்களுடைய முழுக் கட்டுப்பாட்டில் உள்ளது.

உலகம் உங்களைப் பற்றிப் பேசத்தான் போகிறது. அதில் ஆச்சரியப்பட ஒன்றுமில்லை.

அந்த உரையாடல்களின் பின்விளைவுகளை உங்களால் தீர்மானிக்க முடியும். அவை உங்கள் கட்டுப்பாட்டில் உள்ளன.

நீங்கள் எவ்வாறு செயல்விடை அளிக்கிறீர்களோ, இவ்வுலகம் இனி அவ்வாறுதான் உங்களை நடத்தும்.

எனவே, ஒரு விதத்தில் பார்த்தால், உலகத்திற்கு நீங்கள் செயல்விடை அளிக்கும் விதம், நீங்கள் எப்படி நடத்தப்பட வேண்டும் என்று இவ்வுலகத்திற்கு நீங்கள் கற்றுக் கொடுக்கின்ற ஒரு வழியாகும்.

பல ஆண்டுகளாகச் செய்து வந்துள்ள ஒன்றை இனியும் நீங்கள் செய்ய விரும்பவில்லையா?

கடந்தகாலத்தைப் பற்றி நினைக்காமல், எதிர்காலத்தில் என்ன நிகழும் என்று யோசியுங்கள்.

நிகழ்ந்துள்ளவை நிகழ்ந்துவிட்டன.

நல்லதோ அல்லது கெட்டதோ, உங்களால் அதை மாற்ற முடியாது.

நீங்கள் செய்து கொண்டிருப்பது இனியும் உங்களுக்குப் பலனளிக்கவில்லை என்பதை நீங்கள் உணர்கின்ற நாளன்று, நீங்கள் தேர்ந்தெடுப்பதற்கு இரண்டு விஷயங்கள் இருக்கின்றன:

1. 'நான் இதைச் செய்வதில் ஏற்கெனவே ஏராளமான நேரத்தைச் செலவிட்டுவிட்டதால்', நீங்கள் தொடர்ந்து அதிலேயே நீடிக்கலாம்.
2. எதிர்காலத்தில் என்ன காத்திருக்கிறது என்பதைக் கருத்தில் கொள்ளலாம்.

முடிந்து போன நேரத்தை நீங்கள் ஓர் உடும்புபோலப் பற்றிக் கொண்டிருக்கின்ற ஒவ்வொரு நொடியும், உங்களுடைய எதிர்காலத்தைச் செதுக்குவதிலிருந்து உங்களை ஒரு நொடி பின்னுக்குத் தள்ளுகிறது.

கடந்தகாலம் எவ்வளவு கடின உழைப்பும் வசீகரமும் நிரம்பியதாக இருந்தாலும், அது உங்களுடைய நிகழ்கால சுயத்துடன் எந்த விதத்திலும் பொருந்தாவிட்டால், அதை உங்களுடைய எதிர்காலத்திற்குள் இழுத்து வருவதில் எந்த அர்த்தமும் இல்லை.

மக்கள் எப்போது உங்களுக்கு உதவுவர் என்றால், அவர்களால் எப்படி உதவ முடியும் என்பதை அவர்கள் புரிந்து கொள்ள நீங்கள் அவர்களுக்கு உதவியிருக்கும்போது மட்டும்தான்.

உதவியைப் பெறுவதற்கான சிறந்த வழி, உங்களுக்கு உதவுவதை மக்களுக்குச் சுலபமாக்குவதுதான்.

உங்களுக்கு உதவுவதை மக்களுக்குச் சுலபமாக்குவதற்கான சிறந்த வழி, திட்டவட்டமாகக் கேட்பதுதான்.

திட்டவட்டமாகக் கேட்பதற்கான சிறந்த வழி, துல்லியமாக எங்கே உங்களுக்கு உதவி தேவைப்படுகிறது என்பதைப் பற்றிச் சிந்தித்துப் பார்ப்பது. ஏன்?

‘நான் செய்திருக்கலாம்’, ‘நான் செய்துள்ளேன்’ ஆகியவற்றுக்கு இடையேயான தூரம்தான் பின்வருத்தம்.

அமெரிக்காவில் நான் என்னுடைய முனைவர் பட்டப்படிப்பைச் சிறப்பாக முடித்திருந்திருக்கலாம் — அம்முயற்சி என்னை மகிழ்ச்சிப்படுத்தவில்லை என்றாலும்கூட!

அல்லது:

நான் என் முனைவர் படிப்பைப் பாதியிலேயே நிறுத்திவிட்டு இந்தியாவுக்குத் திரும்பி வந்தேன். அடுத்து என்ன செய்ய வேண்டும் என்று எனக்குத் தெரியாததால், மாதம் பதினைந்தாயிரம் ரூபாய் சம்பளத்தில் நான் ஒரு வேலையில் சேர்ந்தேன். 14 இலட்சம் ரூபாய் கடன் வாங்கி, ஓர் ஐந்தாண்டுகாலப் பழமையான ஒரு வணிகப் பள்ளியில் சேர்ந்தேன்.

ஆனால், அதில் எனக்கு ஒரு நல்ல விஷயம் நிகழ்ந்தது. நான் என்னுடைய சௌகரிய வட்டத்தைவிட்டு வெளியே வந்தேன். எனக்கு மகிழ்ச்சியைக் கொண்டுவரக்கூடும் என்று நான் நினைத்த ஒன்றை நான் பின்தொடர்ந்தேன். இறுதியில் அது என்னை மகிழ்ச்சிப்படுத்தியது.

பின்வரும் கேள்விக்கு நான் விடையளிக்க விரும்பவில்லை: ‘உனக்கு மகிழ்ச்சியளிக்கவில்லை என்பதால் முனைவர் படிப்பிலிருந்து விலகி, உனக்கு மகிழ்ச்சியைக்

கொண்டுவரக்கூடிய ஆய்வுகளில் ஈடுபட்டால் என்ன?'

'இது இப்படி நிகழ்ந்தால்...' என்ற கேள்விக்கு நான் விடையளிக்க விரும்பவில்லை.

அது கடினமானதல்ல என்று உங்களுக்கு நீங்களே சொல்லிக் கொள்வதுதான் உலகிலேயே மிகக் கடினமான விஷயமாகும்.

காலையில் சீக்கிரமாக எழுந்திருப்பது கடினமானதல்ல.

பணம் சம்பாதிப்பது கடினமானதல்ல.

அந்நியர்களை அணுகுவது கடினமானதல்ல.

அன்பை வெளிப்படுத்துவது கடினமானதல்ல.

அந்நியர்களுக்கு மின்னஞ்சல்கள் அனுப்புவது கடினமானதல்ல.

ஓர் ஊதிய உயர்வு கேட்பது கடினமானதல்ல.

கேள்விகள் கேட்பது கடினமானதல்ல.

உங்களுடைய அபிப்பிராயத்தை வெளிப்படுத்துவது கடினமானதல்ல.

எதுவும் கடினமானதல்ல என்றும், அதை உங்களால் செய்ய முடியும் என்றும் உங்கள் மனத்தை நம்ப வைப்பதுதான் கடினமானது.

தோல்வியுறுவது குறித்து நீங்கள் பயந்தால், நீங்கள் ஏற்கெனவே தோற்றுவிட்டீர்கள் என்று அர்த்தம்.

தோல்வி என்பது ஒரு விளைவு.
பயம் ஓர் உள்ளீடு.

உங்களால் உங்கள் விளைவுகளைக் கட்டுப்படுத்த முடியாது.
ஆனால் உங்களால் உங்கள் உள்ளீடுகளைக் கட்டுப்படுத்த முடியும்.

தோல்வி குறித்த பயத்தால் நீங்கள் முயற்சிக்காமல் இருந்தால், தோல்வி என்ற உள்ளீட்டை நீங்கள் செயலில் இறக்கிவிட்டிருக்கிறீர்கள்.

உங்கள் உள்ளீட்டை நீங்கள் தீர்மானித்துவிட்டால், அதை நீங்கள் ஏற்கெனவே உருவாக்கிவிட்டீர்கள் என்று அர்த்தம். பயம் ஓர் உள்ளீடு.

உங்கள் வாழ்வின் மறக்க முடியாத கணங்கள், அவற்றோடு ஒரு விதமான சுதந்திர உணர்வைக் கொண்டிருக்கும்.

நீங்கள் உங்கள் தேர்வில் தேர்ச்சி பெற்றக் கணம். ஏனெனில், இப்போது நீங்கள் பொருளாதாரரீதியாகச் சுதந்திரமானவராக ஆவீர்கள்.

தியானத்தின்போது ஏற்படும் சில உத்வேகமூட்டும் கணங்கள்.

வெறுமனே உங்கள் காரிலோ அல்லது பைக்கிலோ உங்கள் ஊரைவிட்டு வெளியே போகின்ற கணம்.

நாம் அக்கணங்களை நினைவில் வைத்திருப்பதற்குக் காரணம் அந்நிகழ்வுகள் அல்ல.

மாறாக, அவை நம்முள் எத்தகைய உணர்வை ஏற்படுத்துகின்றன என்பதற்காகவே நாம் அவற்றை நினைவில் வைத்திருக்கிறோம்.

அக்கணங்களை நாம் நினைவில் வைத்திருப்பதற்குக் காரணம் அந்நிகழ்வுகள் நடந்த இடங்கள் அல்ல.

மாறாக, அவை நம்மை நமக்குள் எங்கே கொண்டு செல்கின்றன என்பதற்காக நாம் அவற்றை நினைவில் வைத்திருக்கிறோம்.

என்ன நிகழுமோ என்று கவலைப்படுவதற்குப் பதிலாக, என்ன நிகழக்கூடும் என்று எதிர்பாருங்கள்.

கற்பனை செய்வதற்கான நம்முடைய ஆற்றல் ஒரு பலம் மற்றும் ஒரு பலவீனம் ஆகும்.

நம்முடைய கனவுத் திட்டத்தில் நான் தோற்றுவிட்டால் என்னவாகும் என்று நாம் கற்பனை செய்யக்கூடும்.

அல்லது, நம்முடைய கனவுத் திட்டம் அமோகமாக நடந்தேறுவதுபோல நாம் கற்பனை செய்யக்கூடும்.

நம்முடைய எண்ணங்கள் மூலம் நாம் நம்முடைய சொந்தச் சிறைகளை உருவாக்கலாம், அல்லது அந்தக் கம்பிகள் அனைத்தையும் தகர்த்தெறிந்து, கூரைகளை உடைத்து, சிறந்த விளைவை எதிர்பார்க்கலாம்.

ஒவ்வொரு நிகழ்வாக.

ஒவ்வொரு கணமாக.

ஒவ்வொரு கதையாக.

கற்பனை செய்வதற்கான நம்முடைய ஆற்றல் நம்மை வதைக்கிறது அல்லது நமக்கு உதவுகிறது.

நாம் எதைத் தேர்ந்தெடுக்கிறோமோ, அதனோடுதான் நாம் வாழ்க்கை நடத்துகிறோம்.

போராட்டங்கள் நிறைந்ததுதான் வாழ்க்கை

உலகத்தின் சட்டதிட்டங்களுக்குக் கட்டுப்பட்டு வாழ்வது ஒரு போராட்டமாக இருக்கும்.

உங்களுடைய சொந்த உலகத்தையும், உங்களுடைய சொந்த விதிமுறைகளையும் உருவாக்கும் முயற்சி ஒரு போராட்டமாக இருக்கும்.

உங்களுடைய போராட்டத்தைத் தேர்ந்தெடுப்பதற்கான சுதந்திரம் உங்களுக்கு இருக்கிறது.

. . .

ஒரு பெருநிறுவன வேலை உங்கள் தொழில்வாழ்க்கைக்கான ஓர் அற்புதமான தொடக்கப் புள்ளியாகும். ஏனெனில்:

1. கட்டமைப்பு, செயல்முறைகள், அமைப்புமுறைகள் ஆகியவற்றின் மதிப்பை அது கற்றுக் கொடுக்கிறது.
2. சிறிய நடவடிக்கைகள் ஒன்றிணையும்போது ஒரு பெரிய காரியம் அரங்கேறுகிறது என்பதை அது கற்றுக் கொடுக்கிறது.
3. தொடக்கத்திலேயே அது ஒரு நிலைப்புத்தன்மையை உங்களுக்குக் கொடுக்கிறது.

. . .

மெதுவான துவக்கம் என்றால் சிறிய அளவிலான துவக்கம் என்று தவறாக நினைத்துவிடாதீர்கள்.

. . .

குழம்பிப் போயிருப்பது நீங்கள் ஒருவர் மட்டும் அல்லர்.
நிச்சயமற்று இருப்பது நீங்கள் ஒருவர் மட்டும் அல்லர்.
போராடிக் கொண்டிருப்பது நீங்கள் ஒருவர் மட்டும் அல்லர்.
நீங்கள் ஒரு முட்டாளோ அல்லது திறனற்றவரோ அல்லர்.

எல்லோரும் போராடிக் கொண்டிருக்கின்றனர்.
எல்லோரும் தங்கள் பிரச்சனைகளுக்கான ஒரு தீர்வைக் கண்டுபிடிக்க முயற்சித்துக் கொண்டிருக்கின்றனர்.

உங்களிடம் கடுமையாக நடந்து கொள்ளாதீர்கள்.

. . .

பணம் என்று வரும்போது, அதிகமான தகவல்கள் மக்களை அதிக விழிப்புணர்வு கொண்டவர்களாக ஆக்குவதில்லை.
அது அவர்களை அதிகமாகப் பயமுறுத்துகிறது.

. . .

வாழ்வில் நன்றியுடன் இருங்கள். ஏனெனில், உங்களிடம் இருப்பவை பொன் போன்றவை.

வளர்ந்தவர்கள் என்ற முறையில், கற்றலுக்குக் குறுக்கே நிற்கின்ற மிகப் பெரிய தடை அகங்காரம்தான்!

நான் ஒரு வளர்ந்த மனிதன். எனக்கு எல்லாம் தெரியும்!

பெரும்பாலான மக்கள் இதை ஏதோ ஒரு வடிவத்தில் தங்களுக்குள் மீண்டும் மீண்டும் சொல்கின்றனர். இதனால் அவர்கள் ஒரு சிறையில் வாழ்ந்து கொண்டிருக்கின்றனர்.

விஷயங்கள் உங்களுக்குத் தெரியாமல் இருப்பதில் தவறில்லை!

உங்களுக்குத் தெரியாதவற்றை ஒப்புக் கொள்வதில் தவறில்லை!

கற்றுக் கொள்வதில் எந்தத் தவறும் இல்லை – நீங்கள் வளர்ந்த பிறகும்கூட!!!

ஏனெனில், வயது என்னவாக இருந்தாலும், தொடர்ந்து கற்பவர்கள்தாம் தொடர்ந்து வளர்ச்சி அடைகின்றனர்.

வாழ்க்கை கச்சிதமானதாக இருக்க வேண்டும் என்பதுதான் மிகப் பெரிய மாயையாகும்!

தங்களுடைய வாழ்க்கையை இரசித்து அனுபவித்துக் கொண்டிருப்பவர்கள் ஓர் அனுகூலமான நிலையில் உள்ளனர்.

நீங்கள் விரும்புகின்ற அளவு உங்களிடம் பணம் இருந்தும் நீங்கள் துயரமாக இருப்பதைக் கற்பனை செய்து பாருங்கள்.

வாழ்க்கையை உங்கள் விருப்பப்படியும், மற்ற அனைவரையும்விட ஆனந்தமாகவும் வாழ்ந்து கொண்டிருப்பதைக் கற்பனை செய்து பாருங்கள்.

மகிழ்ச்சிதான் உச்சகட்ட அனுகூலம். மற்ற எல்லாம் அதைப் பின்தொடர்கிறது.

நீங்கள் முன்பு சொன்னதில்லை என்றால், நிறுவனத்தைவிட்டு வெளியேறும்போது அதைக் கூறாதீர்கள்.

உங்கள் நிறுவனத்தைவிட்டு விலகும்போது உங்களுடைய கோபத்தை வெளிப்படுத்துவதற்குப் பதிலாக, நீங்கள் அந்நிறுவனத்தின் ஒரு பகுதியாக இருக்கும்போது உங்கள் நிர்வாகத்துடன் ஓர் உரையாடலில் ஈடுபடுவது எப்போதும் உதவும்.

வெளிப்படையான உரையாடல் மூலமாகத்தான் சிறந்த நிறுவனங்கள் கட்டியெழுப்பப்படுகின்றனவே அன்றி, நீங்கள் வெளியேறும்போது வெளிப்படுத்துகின்ற எரிச்சலாலும் கோபத்தாலும் அல்ல.

ஓர் அர்த்தமுள்ள வேலை உங்களுடைய ஒட்டுமொத்த வாழ்க்கையையும் முற்றிலுமாக ஆட்கொள்ள வேண்டும் என்ற அவசியமில்லை.

நீங்கள் உங்கள் வேலையை நேசிக்கக்கூடும்.

அதில் குதூகலத்தைக் கண்டுகொள்ளக்கூடும்.

ஆனால், அது உங்களுக்கென்று ஓரளவு இடத்தை விட்டுவைக்கவில்லை என்றால், அது உங்களுக்கான வேலை அல்ல!

உங்களுக்கென்று சிறிது இடம் தேவை.

உங்கள் வேலை உங்கள் வாழ்க்கையை ஒட்டுமொத்தமாக ஆக்கிரமிக்க நீங்கள் அனுமதிக்காமல் இருப்பது மிகவும் முக்கியம்.

அந்த எல்லைகளை மதிப்பது உங்களை நீங்கள் மதிப்பதாகும்.

உங்கள் வேலையில் அர்த்தத்தைக் கண்டுகொள்வது அழகானது. ஆனால் உங்கள் வேலை மட்டுமே வாழ்வின் ஒரே அர்த்தமாக இருப்பது அச்சுறுத்துவதாக இருக்கிறது.

ஒரு திட்டம் இல்லாமல் இருந்து, அது குறித்து உங்களுக்கு வருத்தமில்லை என்றால், அதுதான் சிறந்த திட்டமாகும். அந்த நிலையை எட்டுவதற்குப் பெரும் முயற்சி தேவை.

'உன்னிடம் ஒரு திட்டம் இருக்க வேண்டும்,' என்று நம்மிடம் கூறப்படுகிறது.

முதல் திட்டம் வேலை செய்யாவிட்டால், இரண்டாவது திட்டம்!

இரண்டாவது திட்டம் வேலை செய்யாவிட்டால், மூன்றாவது திட்டம்!

இது இப்படியே தொடரும்.

'எப்போதும் ஒரு திட்டம் இருக்க வேண்டும்.'

ஆனாலும், "இன்றிலிருந்து ஐந்து ஆண்டுகளில் உங்களை நீங்கள் எந்த நிலையில் பார்க்கிறீர்கள்?" என்று உங்களிடம் கேட்கப்படுவதாகவும், அதற்கு நீங்கள், "எனக்குத் தெரியவில்லை. அதில் எனக்கு எந்த வருத்தமும் இல்லை," என்று பதிலளிக்கிறீர்கள் என்றும் கற்பனை செய்து பாருங்கள்.

அது உங்களை விடுவிக்கிறது.

அதுதான் சுதந்திரம்.

வாழ்வில் இன்று நீங்கள் இருக்கும் நிலை குறித்து நீங்கள் மன அமைதியுடன் இருக்கிறீர்கள்.

குடிக்காமல் மற்றவர்கள் முன்னிலையில் நடனமாடுவது உங்களுக்கு சௌகரியமானதாக இருந்தால், நீங்கள் உங்களைக் குறித்து மன அமைதியுடன் இருக்கிறீர்கள் என்று பொருள்.

நீங்கள் போதையேற்றிக் கொள்ளாமல் ஒரு பரவச நிலையில் இருந்தால்,

போதைப் பொருட்களால் அன்றி மகிழ்ச்சியால் நீங்கள் போதையேறி இருந்தால்,

உங்களுடைய உணர்வுகளை அடக்கிக் கொள்ளாமல் அன்பை உங்களால் வெளிப்படுத்த முடிந்தால்,

அளப்பரிய ஆனந்தம் மற்றும் மன அமைதியை உள்ளடக்கிய ஓர் இடத்தில் நீங்கள் இருக்கிறீர்கள் என்று அர்த்தம்.

உள்ளது உள்ளபடியே நீங்கள் கச்சிதமானவராக இருக்கிறீர்கள் என்ற சுயநம்பிக்கை மட்டுமே உங்களுக்குத் தேவையான ஒரே உள்ளீடாகும்.

தவறுகளிலிருந்து கற்றுக் கொள்வதற்கான மிகவும் சுலபமான வழி, புத்தகங்கள் வாசிப்பதுதான். அடுத்த வழி, நீங்களே அத்தவறுகளைச் செய்வது!

வேறு யாரோ தங்கள் வாழ்நாளின் ஊடாகச் செய்த தவறுகளிலிருந்து கற்றுக் கொள்வதற்குப் புத்தகங்கள் ஒரு சிறந்த வழியாகும்.

நீங்கள் ஏன் மீண்டும் அதே தவறுகளைச் செய்ய வேண்டும்?

ஒரு முந்நூறு ரூபாய் விலைமதிப்புக் கொண்ட ஒரு புத்தகம் மற்றும் ஓரிரு மணிநேரம்; அல்லது, பத்து ஆண்டுகள் தவறு செய்வது. இவ்விரண்டில் நீங்கள் எதைத் தேர்ந்தெடுப்பீர்கள்?

வாழ்விலிருந்து எதுவொன்றையும் உங்களால் திரும்பப் பெற முடியும், நேரத்தைத் தவிர. நேரத்தை மிச்சப்படுத்துவதற்கான சிறந்த வழி, மற்றவர்களுடைய தவறுகளிலிருந்து கற்றுக் கொள்வதுதான்.

வழக்கத்திலிருந்து முரண்படுவது உங்களுடைய வாழ்க்கையை மாற்றிக் கொள்வதற்கான ஒரு சிறந்த வழியாகும். மற்ற எல்லோரும் செய்வதையே நீங்கள் செய்தால், மற்ற எல்லோரும் எப்படி இருக்கிறார்களோ, நீங்களும் அப்படியே இருப்பீர்கள்.

வழக்கத்திலிருந்து நான் பின்வருமாறு முரண்படுகிறேன்.

ஒரு தீர்மானம் மேற்கொள்ளும்போது, "பெரும்பாலான மக்கள் என்ன செய்வர்?" என்று என்னை நானே கேட்டுக் கொள்கிறேன்.

பிறகு, நான் மாற்று வழிகளைத் தேடுகிறேன்.

இந்த ஒரு கேள்வி, பல வாய்ப்புகளுக்கும் பல்வேறு பாதைகளுக்கும் இட்டுச் சென்றுள்ளது.

வழக்கத்திலிருந்து முரண்படும்போதுதான் நீங்கள் உங்கள் சொந்த வழியைக் கண்டுபிடிப்பீர்கள்.

குறைகூறுதல் ஒருபோதும் தீர்வுக்கு வழி வகுத்ததில்லை.

குறைகூறுதல் பிரச்சனையைப் பெரிதாக்குகிறது.

அப்பிரச்சனை ஏன் இருக்கிறது என்பதை அது நியாயப்படுத்துகிறது.

அப்பிரச்சனையால் உருவாக்கப்பட்டத் துயரங்களை அனுபவித்துக் கொண்டிருக்கின்ற ஒரு பலிகடா நாம் என்ற உணர்வை அது ஏற்படுத்துகிறது.

இதெல்லாம் உங்கள் சக்தியை உங்களிடமிருந்து பறித்துவிடுகிறது, உங்களிடம் எந்த சக்தியும் இல்லை என்று தந்திரமாக உங்களை நம்ப வைக்கிறது.

உங்களுடைய எஞ்சிய வாழ்நாள் முழுவதும் கடைபிடிப்பதற்கு நீங்கள் ஒரே ஒரு பழக்கத்தைத் தேர்ந்தெடுக்க வேண்டியிருந்தால், குறைகூறாமல் இருப்பதைத் தேர்ந்தெடுங்கள். அப்போது தீர்வுகள் சுலபமாக வருவதை நீங்கள் காண்பீர்கள்.

உண்மையான பிரச்சனை ஒருபோதும் உண்மையான பிரச்சனையாக இருப்பதில்லை.

குறைகூறுதலுடைய கூட்டு விளைவுதான் உண்மையான பிரச்சனையே.

மற்ற எல்லாவற்றையும்விட, உடற்பயிற்சி செய்வது உங்களுக்கு ஒழுங்கையும் பொறுமையையும் கற்றுக் கொடுக்கிறது.

ஒரு கட்டுறுதியான உடலை உங்களால் வாங்க முடியாது.

ஒரே இரவில் உங்களால் திடகாத்திரமானவராக ஆக முடியாது.

ஒரு திடகாத்திரமான உடலைப் பெறுவதற்கு உங்களால் ஏமாற்ற முடியாது.

உங்களுடைய உடல்நிலைக்கு உங்களால் வேறு யாரையும் குறை சொல்ல முடியாது.

நீங்கள் ஒரு கட்டுறுதியான உடலைப் பெறுவதற்கு வேறு யாராலும் பங்களிக்க முடியாது.

நீங்கள் தினமும் பொறுமையாக உடற்பயிற்சி செய்தால் மட்டுமே அது நிகழும்.

வாழ்க்கைக்கான ஒரு மதிப்புமிக்கப் பாடம் அது!

மாற்றத்திடமிருந்து விலகி ஓடுபவர்கள்தாம் மிகவும் ஆபத்தான நபர்கள்.

ஆற்றலைப் பெரிதும் உறிஞ்சுபவர்களும் அவர்கள்தாம்.

வாழ்வில் நீங்கள் விரும்பும் நிலையை அடைவதற்கான உரிமைத் தகுதி உங்களுக்கு இருக்கிறது என்று நம்பி உங்களை நீங்களே முட்டாளாக்கிக் கொள்ளாதீர்கள்.

உரிமைத் தகுதி என்பது ஒரு கிடுக்கிப்பிடியாகும்.

நாம் இப்போது இருக்கும் இடத்தை அடைவதற்கு நாம் கடுமையாக உழைத்திருக்கிறோம்; எனவே, இந்நிலைக்கு நாம் தகுதியானவர்தாம் என்று அது நம்மை நம்ப வைக்கிறது.

உண்மை என்னவென்றால், நாம் தகுதியானவர்கள் அல்லர். நாம் வெறும் அதிர்ஷ்டசாலிகள், அவ்வளவுதான்.

அன்பு, உணவு, பராமரிப்பு, பாதுகாப்பு, கல்வி, விழுமியங்கள் ஆகிய அனைத்தையும் நமக்குக் கொடுத்த ஒரு குடும்பத்தில் நாம் பிறந்து வளர்ந்திருக்கிறோம்.

அதனால்தான் நமக்கு வாய்ப்புகள் கிடைத்துள்ளன. ஆனால் அவற்றை நாம் ஒரு பெரிய விஷயமாகக் கருதுவதில்லை.

நம்மைவிட அதிகக் கடினமாக உழைக்கின்ற, நம்மைவிட அதிக அறிவார்ந்த பலருக்கு இந்த வாய்ப்புகள் கிடைப்பதில்லை.

எனவே, நாம் கொள்ள வேண்டியது நன்றியுணர்வுதானே அன்றி, உரிமைத் தகுதி உணர்வு அல்ல.

உங்களுக்கு எதுவொன்றையும் கொடுக்க முடியாத ஒருவரை நீங்கள் நடத்துகின்ற விதம்தான் உங்களுடைய விழுமிய அமைப்புமுறையை வரையறுக்கிறது.

உங்களுடைய விழுமியங்கள் நீங்கள் வளர உதவுவதில்லை.

ஆனால் மோசமான காலகட்டங்களில், அவை உங்களைத் தாங்கிப் பிடிக்கின்றன.

நீங்கள் நாடுவதைத்தான் நீங்கள் பெறுவீர்கள்.
நீங்கள் விரும்புவதை அல்ல.
நீங்கள் கனவு காண்பதை அல்ல.

நீங்கள் உணர்ச்சிபூர்வமாக நாடுவதை மட்டுமே நீங்கள் பெறுவீர்கள்.

நீங்கள் பிறருடைய ஒப்புதலை நாடுகிறீர்களா அல்லது மனநிறைவை நாடுகிறீர்களா?
நீங்கள் பணத்தையும் தனிமையையும் நாடுகிறீர்களா அல்லது பணத்தையும் மகிழ்ச்சியையும் நாடுகிறீர்களா?
நீங்கள் சமூக அந்தஸ்தை நாடுகிறீர்களா அல்லது நீங்கள் செய்யும் நல்ல காரியத்திற்காக நீங்கள் வெளியே தெரியாமல் இருப்பதை நீங்கள் விரும்புகிறீர்களா?

நாம் உண்மையிலேயே நாடுகின்ற விஷயங்களிலிருந்து வேறுபட்டவற்றை நாம் நாடுவதாக இவ்வுலகிற்கு நாம் காட்டக்கூடும். ஆனால், நாம் உண்மையிலேயே எதை நாடுகிறோம் என்பதை நம்முடைய இதயத்தில் நாம் அறிந்துள்ளோம்.

நீங்கள் கேட்பதை ஒரு தாம்பாளத்தில் வைத்து உங்களுக்குக் கொடுக்கின்ற ஓர் அழகான அமைப்புமுறை பிரபஞ்சத்திடம் இருக்கிறது.

நாம் எத்தகைய விஷயங்களை நாடுகிறோம் என்பதுதான் கேள்வி.
இன்னும் அதிகமானவற்றை நாடும்படி தூண்டுகின்றவற்றையா அல்லது இன்னும் குறைவானவற்றை நாடும்படி தூண்டுகின்றவற்றையா?

பகுதி 4

தொழில்முனைவு

2009 ஆம் ஆண்டிலிருந்து நான் ஒரு தொழிலதிபராக இருந்து வந்துள்ளேன்.

என்னுடைய 11 ஆவது வயதிலிருந்தே நான் தொழில் செய்யத் தொடங்கிவிட்டேன். நானும் என் நண்பர்களும் சேர்ந்து, காமிக்ஸ் புத்தகங்களை வாடகைக்கு விடும் தொழிலைத் தொடங்கினோம்.

முதல் நாளன்று நாங்கள் 11 ரூபாய் சம்பாதித்தோம் :)

காலப்போக்கில் நான் ஏராளமானவற்றைக் கற்றேன்.

பெரும்பாலும் என்னுடைய தவறுகள் மூலமாகத்தான்.

எந்தவொரு வெற்றியையும்விட, அத்தவறுகளையும் தோல்விகளையும் நான் அலசி ஆய்வு செய்தது நான் வளர எனக்கு உதவியுள்ளது.

தொழில்முனைவு என்ற வார்த்தையை எப்படி உச்சரிக்க வேண்டும் என்பதை ஒழுங்காகத் தெரிந்து கொள்வதற்கு முன்பாகவே அதன்மீது எனக்கு இருந்த காதலிலிருந்து முளைத்த என்னுடைய சிந்தனைகளை இங்கே நான் கொடுத்திருக்கிறேன்.

உங்கள் மனநிலை எப்படி இருந்தாலும் சரி, உங்கள் நிறுவனம் எப்படிச் செயல்பட்டுக் கொண்டிருந்தாலும் சரி, ஊடகங்கள் உங்களைப் பற்றி என்ன எழுதினாலும் சரி, உங்களுடைய பொருட்கள் விற்பனையாகாமல் இருந்தாலும் சரி, அல்லது உங்களுடைய வாடிக்கையாளர்கள் கத்திக் கொண்டிருந்தாலும் சரி, ஒரு நிறுவனர் என்ற முறையில் நீங்கள் தினமும் உங்கள் நிறுவனத்திற்கு வராவிட்டால்,

வேறு யாரும் அதை உங்களுக்காகச் செய்யப் போவதில்லை.

. . .

தகுதியற்ற, ஆனால் ஓர் இனிமையான நபரிடம் வேலை செய்வதைவிட, தகுதி படைத்த ஒரு மூர்க்கனிடம் வேலை செய்வதை மக்கள் விரும்புவர்.

. . .

தொழில்முனைவு மிகக் கடினமானது.

ஒரு குழுவை உருவாக்குவது, ஒரு பொருளுக்கு ஒரு பெயரைத் தேர்ந்தெடுப்பது, அதன் முதல் வடிவத்தை வெளியிடுவது போன்றவற்றால் ஏற்படுகின்ற ஆரம்பகால உற்சாகம் மெல்ல மெல்ல மறைந்துவிடும்.

வாழ்க்கையில் சவால்கள் தலைதூக்கும்.

அக்கணத்தில், ஒரே ஒரு விஷயம்தான் உங்களுக்கு உதவும்.

நீங்கள் உங்களிடம் சொல்லிக் கொள்கின்ற கதைகள்.

நீங்கள் ஏன் ஒரு நிறுவனராக ஆனீர்கள் என்பதை உங்களுக்கு நீங்களே நினைவுபடுத்திக் கொள்ளுங்கள்.

உங்கள் நிறுவனத்திடமிருந்து நீங்கள் மகிழ்ச்சியையும் மனநிறைவையும் மன அமைதியையும் பெற விரும்பினீர்கள்.

ஏனெனில், அவை மட்டும்தான் முக்கியம்.

திறன் ஒரு பெரிய விஷயமே அல்ல.

நோக்கம்தான் எப்போதும் முக்கியமானது.

திறமைக்குப் பஞ்சமில்லை. மக்கள் தாங்கள் செய்பவற்றில் சிறந்து விளங்குகின்றனர். அல்லது, எப்படிச் சிறப்பாகச் செய்வது என்பதைக் கண்டுபிடிப்பதை அவர்கள் அறிந்துள்ளனர்.

மக்களிடம் நோக்கம்தான் இல்லை.

அவர்களுடைய நோக்கமின்மைக்குக் காரணம்:

அவர்களுக்குத் தங்களுடைய தலைவரைப் பிடிக்கவில்லை.

அவர்களுக்கு உற்சாகம் இல்லை.

அவர்களுக்கு அக்கறை இல்லை.

அவர்கள் அங்கீகரிக்கப்படவில்லை.

அவர்கள் ஒரு பெரிய இலட்சியத்திற்காக அன்றி, ஒரு தனிநபருக்காக வேலை செய்கின்றனர்.

மக்கள் தங்களுடைய சரியான நோக்கங்களை முன்வைக்க ஊக்குவிக்கப்படும்போது, தங்களுடைய திறன்களைக் கண்டு அவர்களே வியந்து போகின்றனர்.

ஒருவருடைய கண்ணோட்டம் தவறு என்று அவரிடம் கூறப்படும்போது, அவர் ஒருபோதும் அதை ஒப்புக் கொள்ள மாட்டார்.

ஒரு விஷயத்தை அவரால் பார்க்க முடியவில்லை என்று நீங்கள் அவரிடம் கூறுவது பாசாங்குத்தனமாகும்.

ஒரு விஷயத்தை அவரால் புரிந்து கொள்ள முடியவில்லை என்று அவரிடம் கூறுவது உங்களை நீங்களே ஒரு கண்ணாடியில் பார்த்துக் கொள்வதாகும்.

மக்கள் தவறு செய்கின்றனர் என்பது உண்மைதான்.

விஷயத்தை அவர்கள் பார்க்கத் தவறுகின்றனர்.

விஷயங்கள் அவர்களுக்குப் புரிவதில்லை.

இவை எல்லாமே உண்மை.

ஆனாலும், ஒரு தொழிலையும் ஒரு குழுவையும் கட்டியெழுப்புவது என்பது 99 சதவீதம் புரிதலையும், 10 சதவீதம் நடைமுறைப்படுத்துதலையும் உள்ளடக்கியது.

99 சதவீதப் பச்சாதாபம், 10 சதவீத அதிகாரம்.

100 சதவீதப் பொறுமை.

“என்னால் உங்களை நம்ப முடியாவிட்டால், நீங்கள் எவ்வளவு சாமர்த்தியசாலி என்பது முக்கியமல்ல.”

எனக்குக் கிடைத்த மாபெரும் அறிவுரை இது!

என்னுடைய முதல் மேலாளர் என்னிடம் இதைக் கூறினார்.

என்னுடைய வேலையில் தொடர்ச்சியாகத் தவறுகளைக் கண்டுபிடித்தப் பிறகு அவர் அவ்வாறு கூறினார்.

என்னிடம் குறை காண்பதுதான் என் மேலாளரின் வேலை என்று நான் நினைத்துக் கொண்டதுண்டு.

அது தவறு!

வேலைகளைத் தவறில்லாமல் செய்து கொடுப்பதுதான் என்னுடைய வேலை. அதன்மீது வேலை செய்வது என்னுடைய மேலாளரின் வேலை.

நான் என்னுடைய அடிப்படை வேலையிலேயே தோற்றுக் கொண்டிருந்தேன்.

உங்கள் வேலை என்பது வெறும் வேலை அல்ல. உங்கள் மேலதிகாரி உங்கள்மீது எவ்வளவு நம்பிக்கை வைத்திருக்கிறார் என்பதன் அளவீடு அது. ஒவ்வொரு நாளாக, ஒவ்வொரு காரியமாக அது கட்டியெழுப்பப்படுகிறது.

தொழில்முனைவு என்பது ஒரு தொழில்முறை வேலையல்ல.

அது ஒரு மனநிலை.

உங்களிடம் ஒரு வேலை இருக்கிறது. புதிய விஷயங்களை உருவாக்குவது, உங்கள் குழுவினரை உற்சாகப்படுத்துவது ஆகியவற்றின் மூலம் உங்கள் நிறுவனம் வளர நீங்கள் உதவி செய்வதைப் பற்றி நீங்கள் சிந்திக்கிறீர்கள்.

உண்மையான பிரச்சனைகளைக் கண்டுபிடித்துத் தீர்வு காணுங்கள். உங்கள் வேலையைத் தாண்டி வேறு ஏதேனும் வேலை இருக்கிறதா என்று உங்கள் மேலதிகாரியிடம் கேளுங்கள். உங்களுடைய வேலையை உங்களுடைய சொந்தத் தொழிலைப்போலக் கருதுங்கள்.

ஒரு தொழிலதிபராக ஆவதற்கு உங்களுக்குச் சொந்தமாக ஒரு நிறுவனம் தேவையில்லை.

நீங்கள் இப்போது இருக்கும் இடத்திலிருந்து தொடங்குங்கள். உங்களுடைய சொந்தத் தொழிலில் நீங்கள் என்னவெல்லாம் செய்வீர்களோ, அதையெல்லாம் இப்போது செய்யுங்கள். அப்போது நீங்கள் ஒரு தொழிலதிபர்தான்.

கூட்டுப்பெருக்கம்தான் வாழ்வின் மாபெரும் அதிசயமாகும்.

நிறுவனத்தைத் தொடங்கியவர், நிறுவனத்தில் தன்னுடைய உரிமையை மெல்ல மெல்ல இழப்பதும் ஓர் அதிசயம்தான் - ஒரு மோசமான வழியில்!

நீங்கள் நெடுங்காலம் தொடர்ந்து முதலீடு செய்து வந்தால், காலப்போக்கில் உங்களுடைய இலாபங்கள் விண்ணளவு அதிகரிப்பதை நீங்கள் காண்பீர்கள்.

அதேபோல, வெளியிலிருந்து நிதியுதவி பெற்று நீங்கள் ஒரு சிறிய நிறுவனத்தைத் தொடங்கினால், நீங்கள் அதிகமாக யாருக்கும் கொடுக்க வேண்டியிருக்காது.

ஆனால் உங்கள் நிறுவனம் மிகப் பெரிய விளைவுகளை உருவாக்கும்போதுதான், உங்களுடைய இலாபத்தின் பெரும் பங்கு ஒரு பெரிய வழியில் பிரிக்கப்படுவதை நீங்கள் உணர்வீர்கள். கூட்டுப்பெருக்கம் இங்கு நீங்கள் விரும்பியிராத வழியில் நிகழ்கிறது.

ஒரு நிறுவனர் ஐஐடியில் படித்தவர் என்பதாலோ, கடந்த ஆறு மாதங்களாக அவர் சம்பளம் வாங்கியிருக்கவில்லை என்பதாலோ, அல்லது மனத்தளர்ச்சியால் துன்புற்றுக் கொண்டிருக்கிறார் என்பதாலோ நீங்கள் அவருடைய நிறுவனத்தின் ஒரு பொருளையோ அல்லது சேவையையோ கடைசியாக எப்போது வாங்கினீர்கள்?

ஒருபோதும் வாங்கவில்லை! ஏனெனில், அந்நிறுவனரைப் பற்றி உங்களுக்கு அக்கறையில்லை. அதுபோலவே, நீங்கள் யார் என்பது குறித்து யாருக்கும் எந்த அக்கறையும் இல்லை.

கடந்தகாலத்தில் நீங்கள் என்ன செய்துள்ளீர்கள் என்பதற்கும், தற்போது உங்களுடைய வாடிக்கையாளர்களின் பிரச்சனைகளைத் தீர்ப்பதில் நீங்கள் எவ்வளவு சிறந்து விளங்குகிறீர்கள் என்பதற்கும் எந்தத் தொடர்பும் இல்லை.

மக்களுடைய பிரச்சனைகளுக்குத் தீர்வு காண்பதில் நீங்கள் எவ்வளவு சிறந்து விளங்குகிறீர்கள் என்பதுதான் ஒரு நிறுவனர் என்ற முறையில் உங்கள் வெற்றியைத் தீர்மானிக்கிறது.

நீங்கள் யார், நீங்கள் எங்கிருந்து வந்தீர்கள் என்பது ஒரு பொருட்டல்ல.

நீங்கள் என்ன செய்கிறீர்கள், நீங்கள் எங்கே போய்க் கொண்டிருக்கிறீர்கள் என்பது மட்டும்தான் முக்கியம்.

உங்களுடைய பதவியின்மீது சந்தைக்கு அக்கறையில்லை.

அதன் செயல்பாடுகள்மீது மட்டுமே அதற்கு அக்கறையுள்ளது.

ஒருவர் தன் தொழிலைத் தொடங்குவதற்கு நிதி திரட்டியிருப்பதற்காக அவருக்கு வாழ்த்துத் தெரிவிப்பது என்பது, காய்கறிகளை வாங்கியுள்ளதற்காக ஒரு தலைமைச் சமையற்காரருக்கு வாழ்த்துத் தெரிவிப்பதைப் போன்றது.

பணம் ஒரு புதிய நிறுவனத்தைத் துவக்குவதற்கான முக்கிய உள்ளீடாகும்.

அது தொடக்கமே அன்றி, முடிவல்ல.

மைல்கற்களை அங்கீகரியுங்கள்.

தொழில்முனைவோரை வாழ்த்துங்கள்.

நீங்கள் அவர்கள்மீது நம்பிக்கை கொண்டிருப்பதை அவர்களுக்குத் தெரியப்படுத்துங்கள்.

நிதி திரட்டிவிட்டதால் நீங்கள் வெற்றி பெற்றுவிட்டதாக நம்பிவிடாதீர்கள்.

யாரும் வெற்றி பெறவில்லை.

இதுவரை!

"நான் உங்களை நம்புவது உங்களுக்கு எல்லாம் தெரியும் என்பதால் அல்ல. நான் உங்களை நம்புவதற்குக் காரணம், விடையைக் கண்டுபிடிப்பதற்கு நீங்கள் உங்களால் முடிந்த அனைத்தையும் செய்வீர்கள் என்பதை நான் அறிவேன் என்பதுதான்."

திறமையான என்னுடைய குழு உறுப்பினர்களிடம் நான் இதைத்தான் கூறுகிறேன்.

எல்லோருக்கும் எல்லா விடைகளும் தெரியாது.

ஆனால், சிறந்த பணியாளர்கள், சிக்கலான பிரச்சனைகளுக்கு எப்படித் தீர்வு காண்பது என்பதை அறிவர்.

உங்களுக்கு எல்லா விடைகளும் தெரிந்திருக்கும்போது நீங்கள் மிகுந்த திறன் படைத்தவராக ஆவதில்லை.

"எனக்குத் தெரியாது" என்பதற்கு அப்பால் நீங்கள் போகும்போதுதான் நீங்கள் மிகுந்த திறன் படைத்தவராக ஆகிறீர்கள்.

அதன் மூலம், நீங்கள் எல்லோரையும் வியப்பில் ஆழ்த்துகிறீர்கள் – உங்களை உட்பட!

மனப்போக்கு >> அனுபவம் >> கல்வி

வேலைக்கு ஆட்களை எடுக்கும்போது நான் எப்போதும் கடைபிடிக்கின்ற கொள்கை இது.

திறமைகளைக் கற்றுக் கொடுக்க முடியும். மனப்போக்கைக் கற்றுக் கொடுப்பது உண்மையிலேயே கடினமானது.

உங்களுடைய குழுவிற்குச் சரியான ஆட்களைத் தேர்ந்தெடுக்கும்போது, உங்கள் குழுவின் கலாச்சாரத்தைத் தன்னுள் கொண்டுள்ளவர்களைத் தேர்ந்தெடுப்பது பெரிதும் உதவும்.

அவர்களிடம் திறமைகள் இல்லாவிட்டால்கூட, அவர்களுடைய மனப்போக்கு அவர்கள் வளர உதவும்.

நன்னம்பிக்கையும் ஊக்கமும் கொண்ட ஒரு தனிநபர், கற்றுக் கொள்வதற்கான ஒரு வழியைக் கண்டுபிடித்துவிடுவார். திறமைகள் வாய்ந்த, வெற்றிகரமான ஒரு தனிநபர், ஒவ்வொரு சாத்தியக்கூற்றையும் அவநம்பிக்கையுடன் அணுகினால், வளர்வதற்கு அவர் மிகவும் போராடுவார்.

திறமைகளை மனப்போக்கு ஈடு செய்துவிடும். மனப்போக்கைத் திறமைகளால் ஒருக்காலும் ஈடுகட்ட முடியாது.

ஒரே குழுவுக்குள்கூட வேலைகள் சமமாகப் பகிர்ந்தளிக்கப்படாமல் இருப்பதற்கு என்ன காரணம் என்று என்னுடைய முதல் மேலதிகாரியிடம் நான் கேட்டபோது, அதற்கு அவர் இவ்வாறு பதிலளித்தார்:

"மோசமான மக்கள் மோசமாக இருப்பதற்குக் கொடுக்கும் விலையைவிட, நல்லவர்கள் நல்லவர்களாக இருப்பதற்கு அதிக விலை கொடுக்கின்றனர்."

அவர் பேசிக் கொண்டிருந்தது வேலையைப் பற்றி அல்ல.
அவர் வாழ்க்கையைப் பற்றிப் பேசிக் கொண்டிருந்தார்.

வெளியிலிருந்து பார்ப்பவர்களுக்கு யார் மேலதிகாரி என்று தெரியாத அளவுக்கு மிக வலிமையான ஒரு குழுவை உருவாக்குங்கள்.

நீங்கள் உங்களுடைய தவறுகளை ஒப்புக் கொள்கிறீர்களா?

உங்கள் குழுவினர் தவறுகள் செய்ய நீங்கள் அனுமதிக்கிறீர்களா?

உங்களுடைய குழுவினர் தங்கள் வேலையை ஒழுங்காகச் செய்து முடிப்பர் என்ற நம்பிக்கை உங்களுக்கு இருக்கிறதா?

அறிவுறுத்தல்கள் கொடுப்பதற்குப் பதிலாக நீங்கள் கேள்விகள் கேட்கிறீர்களா?

சின்னச் சின்ன விஷயங்களில்கூடத் தலையிடுவதற்குப் பதிலாக உங்கள் குழுவினர் தனித்து இயங்குவதற்கான சுதந்திரத்தை நீங்கள் அவர்களுக்குக் கொடுக்கிறீர்களா?

மேற்குறிப்பிடப்பட்ட வழிகளில்தான் நீங்கள் உங்களுடைய குழுவை நடத்துகிறீர்கள் என்றால், யார் அதற்குத் தலைமையேற்று வழிநடத்துகிறார்கள் என்பதை வெளியில் இருப்பவர்களால் ஊகிக்க முடியாது. ஏனெனில், இப்போது எல்லோருமே தலைவர்களாக இருக்கின்றனர்!

தொழில்முனைவு நீங்கள் உங்களைக் கண்டறிவதற்கான மிகக் கொடூரமான வழியாகும்.

ஒரு புதிய அலுவலகம், புத்தம்புதிய அறைகலன்கள், வணிகச் சின்னம் என்று தொடக்கத்தில் எல்லாம் குதூகலமூட்டுவதாக இருக்கும்.

பிறகுதான் நுண்மையான விஷயங்கள் வரும்.

பணம் ஈட்டுவது.

ஒரு குழுவை உருவாக்குவது.

வேகமாக வளர்வது.

ஒரு கலாச்சாரத்தை உருவாக்குவது.

ஒரு கடினமான காலகட்டத்தில் நீங்கள் உங்களையும் உங்களுடைய மனநிலையையும் எவ்வாறு கையாள்கிறீர்கள் என்பதுதான் நீங்கள் யார் என்பதை உண்மையிலேயே தீர்மானிக்கிறது.

விஷயங்கள் நீங்கள் எதிர்பார்த்திருந்தபடி சுலபமாகவோ அல்லது வசீகரமாகவோ நிச்சயமாக இருக்காது. ஆனாலும், அது உங்களைப் பற்றிய அதிகமான விஷயங்களை உங்களுக்கு வெளிப்படுத்தும். எனவே, உங்கள் பயணம் வித்தியாசமாக இருந்திருந்தால் நன்றாக இருக்குமே என்று நீங்கள் நினைக்க மாட்டீர்கள்.

அதிர்ஷ்டவசமாகவோ அல்லது துரதிர்ஷ்டவசமாகவோ, தொழில்முனைவு உங்களை உங்களிடம் தோலுரித்துக் காட்டுவதைப்போல வேறு எதுவும் உங்களை இவ்வளவு வெளிப்படுத்தாது.

கடினமான சூழ்நிலைகளின்போதும் அமைதியாக இருப்பதுதான் ஒரு தலைவர் என்ற முறையில் நீங்கள் கொண்டிருக்க வேண்டிய மிகக் கடினமான திறமையாகும்.

விற்பனை உச்சத்தில் இருக்கும்போதும், வாடிக்கையாளர்கள் திருப்தியாக இருக்கும்போதும் எவரொருவராலும் அமைதியாக இருக்க முடியும்.

உங்களுடைய குழுவினர் மனம் சோர்ந்து போயிருக்கும்போது அமைதியாக இருப்பதற்கான சக்தியும், உங்கள் குழுவினர் தவறுகள் செய்திருந்தாலும் அவர்களுக்கு அதிகாரம் வழங்குவதற்கான சக்தியும், விஷயங்கள் சரியாக நடந்தேறிக் கொண்டிராதபோது அவர்களை ஊக்குவித்து உந்தித் தள்ளுவதும் மாபெரும் திறமைகளாகும்.

அது சுலபமானதல்ல. அதனால்தான் தலைமைத்துவம் என்பது நீங்கள் யார் என்பதன் ஒரு பிரதிபலிப்பாக இருக்கிறது.

அது கடினமானது.
ஆனால் நீங்கள் பொறுமையிழப்பதைவிட அதிக சுலபமானது அது.

உங்களுடைய அமைதியை இழப்பதற்கான அதிகாரமும் தலைமைத்துவத்தோடு சேர்ந்து வருகிறது.

அமைதியை இழக்காத தலைவர்கள்தாம் உண்மையிலேயே சக்தி வாய்ந்தவர்கள் ஆவர்.

மற்றவர்களால் எத்தகையவர்களாக இருக்க முடியும் என்பதை அவர்களுக்குக் காட்டுங்கள்.

அவர்கள் எத்தகையவர்களாக இருக்கக்கூடாது என்று அவர்களிடம் கூறுவதைவிட மேலானது அது.

மக்களைக் கையாள்கின்ற ஒரு மேலாளர் என்ற முறையில் நான் கற்றுக் கொண்ட மிகச் சிறந்த படிப்பினைகளில் ஒன்று அது.

மற்றவர்களை அவமானப்படுத்தக்கூடாது, அவர்களிடம் மரியாதைக் குறைவாக நடந்து கொள்ளக்கூடாது, அவர்களுடைய மன ஆரோக்கியப் பிரச்சனைகளை எள்ளி நகையாடக்கூடாது என்றெல்லாம் கூறுவது ஒரு போதனைபோல இருக்கும்.

அக்கூற்று உண்மைதான், ஆனால் அது வெறும் அறநெறியாகும்.

எல்லோரும் அதை அறிவர்.

மக்களுக்கு அவர்களுடைய ஆற்றலை வெளிப்படுத்துகின்ற நபராக நீங்கள் இருந்தால்?

உள்ளது உள்ளபடியே எல்லோரையும் மதிப்பது அவர்களுக்கு எவ்வளவு தன்னம்பிக்கையும் சக்தியும் கூட்டுகிறது என்பதை உங்களால் மக்களுக்குக் காட்ட முடிந்தால்?

உங்கள் குழுவினர் எப்படியெல்லாம் நடந்து கொள்ள வேண்டும் என்று நீங்கள் விரும்புகிறீர்களோ, நீங்கள் அப்படி நடந்து கொண்டால்?

வார்த்தைகள் அறிவார்ந்தவை.

ஆனால் கதைகள்தாம் நம்மீது தாக்கம் ஏற்படுத்துகின்றன.

ஒரு தொழிலைத் தொடங்க விரும்புகின்றவர்களில் பெரும்பாலானோர், தாங்கள் தங்களுடைய முழுநேர வேலையை விட்டுவிட்டு ஒரு புதிய நிறுவனத்தைத் தொடங்க வேண்டும் என்று நினைக்கின்றனர்.

என்னுடைய அபிப்பிராயப்படி, அவர்களுடைய நினைப்பு உண்மையல்ல.

இரவுகளிலும் வார இறுதிகளிலும் வேலை செய்து உங்களுடைய யோசனையைச் சோதித்துக் கொள்ளுங்கள்.

நீங்கள் உங்களுடைய புதிய நிறுவனத்திலிருந்து பணம் பண்ணியாக வேண்டும் என்ற கட்டாயம் ஏற்படுகின்ற கணத்தில், 'இப்புதிய தொழில் முயற்சி வேலை செய்கிறதா என்று பார்க்கலாம்' என்ற நிலையிலிருந்து அது முற்றிலும் வேறுபடுகிறது.

அறிவுக்குப் புறம்பான நன்னம்பிக்கை ஒரு நிறுவனரின் மரணப் பொறியாகும்!

. . .

நீங்கள் உங்களுடைய நிறுவனத்தைக் கட்டியெழுப்பிக் கொண்டிருக்கும்போது உங்கள் குழுவினருக்கு ஏமாற்றம் ஏற்படுத்துவதுதான் மிகக் கடினமான கணமாகும்.

நீங்கள் அவர்களுக்கு ஏமாற்றம் ஏற்படுத்தியுள்ளபோது அவர்கள் உங்களைத் தூக்கிப்பிடிப்பதுதான் ஒரு புதிய நிறுவனத்தைக் கட்டியெழுப்பும்போது நிகழ்கின்ற மிகவும் பொன்னான கணமாகும்.

மக்கள் ஏமாற்றமடைந்திருக்கும்போது அவர்களுக்கு ஊக்கமும் உற்சாகமும் அளிக்கின்ற ஒரு கலாச்சாரத்தை உருவாக்குங்கள்.

நீங்கள் அப்படிப்பட்ட ஒரு கலாச்சாரத்தின் ஒரு பகுதியாக இருங்கள்.

நீங்கள் பணம் திரட்டும்போது, அது ஒரு சாதனையல்ல.

அது ஒரு கடமை.

நீங்கள் பணம் திரட்டும்போது, நீங்கள் வாடிக்கையாளர்களுக்கு மட்டுமே பதில் சொல்லும் நிலையைத் தாண்டுகிறீர்கள்.

முதலீட்டாளர்களுக்கும் நீங்கள் பதில் சொல்லியாக வேண்டும். ஏனெனில், அவர்கள் ஒரு பதிலீட்டை எதிர்பார்க்கின்றனர்.

அவர்கள் வேறு யாரிடமிருந்தோ பணம் திரட்டிக் கொடுத்துள்ளனர். அந்நபர்கள் ஒரு பதிலீட்டை எதிர்பார்க்கின்றனர்.

நீங்கள் இப்போது உங்களுடைய நிறுவனத்தின் வளர்ச்சியின்மீது கவனம் செலுத்திக் கொண்டிருக்கவில்லை.

ஏனெனில், நீங்கள் உங்களுடைய நிறுவனத்தை வளர்ப்பதற்கான அழுத்தத்தின் கீழ் இருக்கிறீர்கள்.

அது ஒரு மிகப் பெரிய கடமையாகும்!

உங்கள் இதயத்தை நொறுக்குவதற்கு மன்னிக்கவும்...

உங்களுடைய அதே யோசனையை வேறொருவர் ஏற்கெனவே யோசித்துவிட்டார்!
உங்களுடைய அதே யோசனையை அவர் ஏற்கெனவே செயல்படுத்திக் கொண்டிருக்கிறார்!

அந்த யோசனைக்கு அளவுக்கதிகமான முக்கியத்துவம் கொடுக்காதீர்கள்.
மாறாக, உங்களுக்குத் தெரியாத எது அவர்களுக்குத் தெரிந்திருக்கிறது என்பதைக் கண்டுபிடியுங்கள்.

யோசனைகள் அரிதாகவே புதிதாக இருக்கின்றன.

ஏற்கெனவே இருக்கின்ற ஒரு யோசனையில் உள்ள தீர்க்கப்படாத பிரச்சனையைத் தீர்ப்பதுதான் புதிய விஷயமாகும்.

அதற்கு, உங்களுக்கு முன்னால் வந்தவர்களுக்கு ஏற்கெனவே தெரிந்துள்ள எது இன்னும் உங்களுக்குத் தெரியவில்லை என்பதை முதலில் நீங்கள் தெரிந்து கொள்ள வேண்டும்.

உங்கள் யோசனை உங்கள் நிறுவனமல்ல.
உங்கள் அணுகுமுறைதான் உங்கள் நிறுவனம்.

ஒரு நிறுவனம் தன்னுடைய ஊழியர்களுக்குச் செய்கின்ற மிக மோசமான விஷயங்கள்:

1. **ஆண்டுக்கு ஒரு முறை அவர்களை மதிப்பிடுவது**
2. **அவர்கள் எவ்வளவு சிறப்பாகச் செயல்பட்டார்கள் என்று அவர்களிடம் கூறுவது**
3. **தாங்கள் எவற்றின் அடிப்படையில் அளவிடப்பட்டுக் கொண்டிருந்தோம் என்பது அவர்களுக்குத் தெரியாதோ, அவற்றின் அடிப்படையில் அவர்களை அளவிடுவது**

பெரும்பாலான ஊழியர்கள், நிர்வாகம் தங்களைப் பற்றி என்ன நினைத்துக் கொண்டிருக்கிறது என்பதை ஓராண்டு முழுவதும் அறியாமல் இருப்பது வருத்தமான விஷயமாகும்.

சிறந்த பின்னூட்டக்கருத்து இப்படி இருக்கும்:

- வாரத்திற்கு ஒரு முறை அல்லது இரண்டு வாரங்களுக்கு ஒரு முறை தெளிவாக எடுத்துரைப்பது
- அவர்களுக்குத் திடீரென்று அதிர்ச்சி ஊட்டுவதற்குப் பதிலாக, முதலிலேயே வெளிப்படையாக நடந்து கொள்வது
- அவர்களுக்கு உதவிகரமாக இருப்பது

ஊழியர்கள்தாம் நிறுவனங்களை நிர்வகிக்கின்றனரே அன்றி, நிறுவனங்கள் ஊழியர்களை நிர்வகிப்பதில்லை.

– நிறுவனங்கள் இந்த உண்மையை உணர்ந்து கொள்ளும்போது எல்லாம் மாறுகிறது!

அகங்காரக்கார நிறுவனர்கள் அமைப்புகளை உருவாக்குவதில்லை.

அவர்கள் வெறுமனே பல நிறுவனங்களைத் தொடங்கி, அவற்றை நடத்துகின்றனர், அவ்வளவுதான்.

ஒரு நிறுவனத்தைத் தொடங்குவது எவரொருவருக்கும் சுலபமானது.

ஆனால், மக்கள் வந்து வேலை செய்ய விரும்புகின்ற ஓர் இடத்தை, அவர்கள் மதிக்கப்படுகின்ற ஓர் இடத்தை, மிக முக்கியமாக, வேலையிலும் தனிநபர்கள் என்ற முறையிலும் அவர்கள் வளர்வதற்கான ஒரு சூழல் நிலவுகின்ற ஓர் இடத்தைக் கட்டியெழுப்புவதுதான் மிகவும் கடினமாகும்.

எவரொருவராலும் ஒரு நிறுவனத்தைத் தொடங்கி நடத்த முடியும்.

அவர்களிடம் பணம் இருக்கும், ஆனால் வேறு எதுவும் இல்லாத ஏழைகளாக அவர்கள் இருப்பர்.

குழு உறுப்பினர்கள் ஒவ்வொருவருடனும் உரையாடுவதுதான் உண்மையான ஆட்டமாகும்.

அவர்கள் கூறுவதை உண்மையிலேயே காதுகொடுத்துக் கேட்க வேண்டும்.

அவர்களை நன்றாக அறிந்திருக்க வேண்டும். நீங்கள் அறிவார்ந்த தீர்மானங்கள் மேற்கொள்வதற்கு அதுதான் உதவும்.

துணிச்சலான நிறுவனர்கள்தாம் தங்களுக்கு அப்பால் சென்று அமைப்புகளை நிர்வகிக்கின்றனர்.

ஒரு தொழிலதிபராக ஆவதற்கான மூன்று மோசமான காரணங்கள்:

1. நான் பணம் ஈட்ட வேண்டும்
2. என்னுடைய தற்போதைய வேலையை நான் வெறுக்கிறேன்
3. எல்லோரும் ஒரு தொழில் செய்து கொண்டிருக்கின்றனர்

தொழில்முனைவு கடினமானது.

மிக நீண்டகாலத்திற்கு, சம்பளத்துடன்கூடிய ஒரு வேலை கொடுக்கின்ற வசதிகளை இது உங்களுக்குக் கொடுக்காது.

மேலும், ஒரே ஒரு மேலதிகாரிக்குப் பதிலாகப் பல மேலதிகாரிகள் உங்களுக்கு இருப்பர்.

பெரும்பாலான மக்கள் தொழில்முனைவோராகத் தோல்வியடைகின்றனர். ஏனெனில், தொழில்முனைவோராக ஆவதற்கு, மேற்குறிப்பிடப்பட்ட மூன்று புறக் காரணிகளில் ஒன்றை அவர்கள் தேர்ந்தெடுக்கின்றனர்.

உங்களுடைய தூண்டுதல் அகரீதியானதாக இருக்கும்போதும், நீங்கள் ஆர்வக்குறுகுறுப்புடன் இருக்கும்போதும், நீங்கள் ஒரு பிரச்சனையால் ஆட்கொள்ளப்பட்டிருக்கும்போதும் மட்டுமே ஒரு தொழில்முனைவராக ஆவதிலுள்ள ஆனந்தத்தை உங்களால் அனுபவிக்க முடியும்.

நீங்கள் ஒரு பிரச்சனையைத் தீர்க்க விரும்புகிறீர்கள். நீங்கள் அதில் வெற்றியை

எதிர்பார்த்துக் கொண்டிருக்கும்போது, நீங்கள் தோல்விக்கும் தயாராக இருக்கிறீர்கள்.

வேலைகள் மற்றும் நடவடிக்கைகள் என்று வரும்போது, ஒரு மாபெரும் தலைவர் அப்பதவியிலிருந்து மாற்றப்படக்கூடியவராக இருக்க வேண்டும்.

அவருடைய எண்ணங்கள் மற்றும் முன்னோக்கு என்று வரும்போது, வேறு யாராலும் அந்த இடத்தை இட்டு நிரப்ப முடியாத ஒரு தலைவராக அவர் இருக்க வேண்டும்.

தாங்கள் இல்லாவிட்டாலும் நிறுவனம் சிறப்பாக இயங்கும்படி செயல்படுகின்ற தலைவர்களே மாபெரும் தலைவர்கள் ஆவர்.

ஏனெனில், அவர்கள் தங்களுடைய அகங்காரத்திற்குத் தீனி போடுவது குறித்து அக்கறை கொள்வதில்லை.

ஒரு சிறந்த தலைவர், தான் இல்லாதபோது தன்னுடைய குழு எல்லாவற்றையும் ஏற்று நடத்த அனுமதிக்கிறார்.

அந்நேரத்தில், நிறுவனத்தின் நோக்கத்தையும் இறுதி இலக்கையும் வரைவதில் அத்தலைவர் மும்முரமாக இருக்கிறார்.

யாரையும் எளிதில் நம்பாத ஒரு சமூகத்தில், நம்பிக்கையுடன் இயங்குவது ஓர் அனுகூலமாகும்.

தாங்கள் நம்பப்பட வேண்டும் என்பது மக்களுடைய உள்ளார்ந்த விருப்பமாகும்.

என்னுடைய குழுவினருக்கு ஒவ்வொரு மாதமும் முதல் நாளன்று நான் சம்பளம் கொடுத்துவிடுகிறேன்.

மேலும், காலப்போக்கில் நம்பிக்கையை வளர்த்துக் கொள்வதற்குப் பதிலாக, நான் முதலிலிருந்தே அவர்களை நம்புகிறேன்.

மக்களை நீங்கள் நம்பும்போது, உங்களால் அவர்களிடமிருந்து அதிகமான விளைவுகளைப் பெற முடியும்.

அவர்களை நீங்கள் நம்பினால், அவர்கள் உங்களை மட்டுமல்லாமல், தங்களையும் ஆச்சரியப்படுத்துவர் – தங்களுடைய விளைவுகள் மூலமாக!

பகுதி 5

பணம்

என்னுடைய இளம் வயதில், பணத்தைப் பற்றிய ஒரு சுவாரசியமான விஷயத்தை என் தந்தை என்னுடன் பகிர்ந்து கொண்டார்.

"நீ பணம் இல்லாமல் வளர்ந்ததால், ஒன்று, நீ பணத்தின் பின்னால் போவாய் அல்லது பணத்தையும் தாண்டி வளர்வாய்," என்று அவர் கூறினார்.

பணம் முக்கியம் என்றாலும், அதன் பின்னால் மட்டுமே செல்வது நேரம் மற்றும் வாழ்க்கையின் மிக மோசமான பயன்பாடு என்று நான் கருதுகிறேன்,.

பணம் சுதந்திரத்தை வாங்கிக் கொடுக்கிறது.

சுதந்திரம் என்பது ஒரு சிறப்புச் சலுகை.

அந்த வகையான சுதந்திரம் நீங்கள் அறிவார்ந்த தேர்ந்தெடுப்புகளை மேற்கொள்ள உங்களுக்கு உதவுகிறது.

ஆனாலும், அந்த அறிவார்ந்த தேர்ந்தெடுப்புகளுக்கு முன்பாக, நான் பண விஷயத்தில் பல தவறுகள் செய்துள்ளேன்.

அவற்றை நான் இப்போது உங்களுடன் பகிர்ந்து கொள்கிறேன். நீங்கள் அவற்றைத் தெரிந்து கொண்டு, பணத்துடன் ஓர் அர்த்தம் வாய்ந்த உறவை வளர்த்துக் கொள்வீர்கள் என்று நான் நம்புகிறேன்.

பண விஷயத்தில் நான் செய்த தவறுகள்

நாங்கள் பணமின்றி வளர்ந்தோம்.

நாங்கள் எப்போதும் கடனிலேயே இருந்தோம். எங்கள் பெற்றோர் சம்பாதித்தது கைக்கும் வாய்க்கும் சரியாக இருந்தது.

அதனால்தான், நான் பணத்தின்மீது வெறுப்போடு வளர்ந்தேன்.

எங்களுடைய அனைத்துப் பிரச்சனைகளுக்கும் அதுதான் காரணம் என்று நான் நினைத்தேன்.

எனவே, பணம் ஒருபோதும் என்மீது ஆதிக்கம் செலுத்தக்கூடாது என்று நான் விரும்பினேன்.

பணத்தை உதாசீனப்படுத்துவதற்கான அந்த விருப்பம் நான் அதை மதிக்காமல் இருப்பதற்கு இட்டுச் சென்றதை நான் உணரவில்லை.

பணம் பண்ணுவதில் நான் திறமை வாய்ந்தவனாக இருந்ததால், அதை எவ்வாறு கையாள்வது, எவ்வாறு பெருக்குவது என்பதைப் புரிந்து கொள்வதற்கு எந்த முயற்சியும் மேற்கொள்ளவில்லை.

இறுதியில், நான் ஏராளமான தவறுகள் செய்தேன்.

தவறு 1

வீடுமனைகள் வாங்குவதற்கு நான் கடன் வாங்கினேன்.

அவற்றின் விலை உயரும் என்பதால், நான் செலுத்த வேண்டியிருந்த வட்டியை

அது பார்த்துக் கொள்ளும் என்று நான் அனுமானித்தேன்.

வரிகளை நான் கணக்கில் எடுத்துக் கொள்ளத் தவறினேன்.

பணவீக்கத்தையும் நான் கணக்கில் எடுத்துக் கொள்ளவில்லை.

ஒரு கணிசமான பதிலீடு கிடைப்பதற்கு, வீடுமனைகளின் விலை ஆண்டுதோறும் சுமார் இருபது சதவீதம் அதிகரிக்க வேண்டும் என்பதை நான் கணக்கிடவில்லை.

தவறு 2

என்னிடம் கூடுதல் பணம் இருந்தபோதெல்லாம், அதைக் கொண்டு கடனை அடைப்பதற்குப் பதிலாக, புதிய நிறுவனங்களைத் துவக்குவதில் நான் அதை முதலீடு செய்தேன். காலப்போக்கில் அந்நிறுவனங்கள் என்னுடைய பணத்தைப் பன்மடங்கு பெருக்கும் என்று நான் உறுதியாக நம்பினேன்.

என்னுடைய கடன்களை அடைப்பதற்குப் போதுமான பணத்தை ஈட்ட நான் ஒரு சூதாட்ட விடுதிக்குப் போனதுபோல இருந்தது அது.

தவறு 3

புதிய நிறுவனங்கள், வீடுமனைகள் போன்ற அசையா சொத்துகளில் நான் முதலீடு செய்தேன்.

பங்குகள், தங்கம் போன்ற அசையும் சொத்துகளில் நான் அரிதாகவே முதலீடு செய்தேன்.

எனவே, கடினமான காலகட்டங்களில், என்னிடம் ஏராளமான 'காகிதச் சொத்துகள்' இருந்தன, ஆனால் பணம் இருக்கவில்லை.

அதனால் நான் அதிகமாகக் கடன் வாங்கினேன்.

ஆனால் அதை ஒருபோதும் திருப்பிச் செலுத்த நான் முயற்சிக்கவில்லை.

தவறு 4

ஒரு பத்து ஆண்டுகளுக்கு, வேலைச் சந்தையில் வழங்கப்பட்டச் சம்பளத்தைவிட மிகக் குறைந்த சம்பளத்திற்கு நான் வேலை செய்தேன். இலாபத்தில் பங்கிற்கு நான் அதிக முக்கியத்துவம் கொடுத்தேன்.

சம்பளத்தைவிட இலாபத்தில் பங்கு எனக்கு அதிகப் பணம் பெற்றுத் தரும் என்று நான் நம்பினேன்.

எனவே, விஷயங்கள் என்னுடைய எதிர்பார்ப்புகளுக்கு முரணாக நிகழ்ந்தபோது, என்னிடம் எந்தச் சொத்தும் இருக்கவில்லை.

தவறு 5

எதிர்காலத்திற்கு நான் அதிக முக்கியத்துவம் கொடுத்தேன்.

என் வாழ்க்கைமுறையைச் சற்றுக் குறைத்துக் கொள்வதை விட்டுவிட்டு, அதை அப்படியே தொடர்ந்தேன்.

என்னுடைய கடனட்டைகள் அனுமதித்த உச்சபட்சக் கடன்களை வாங்கினேன்.

என் கடன்கள் அதிகரித்தன.

எதிர்காலத்தில் ஏதேனும் ஒரு மிகப் பெரிய நிகழ்வு எல்லாப் பிரச்சனைகளையும் தீர்த்துவிடும் என்ற நம்பிக்கையில் நான் அவற்றைச் செய்தேன்.

தவறு 6

வேகமாகப் பணம் பண்ணலாம் என்ற நம்பிக்கையில், பங்குச்சந்தை உயர்ந்து கொண்டிருந்தபோது நான் பங்குகளில் முதலீடு செய்தேன்.

சந்தை சரிந்தபோது, நான் பணத்தை இழந்துவிடக்கூடாது என்று பயத்தில் எல்லாவற்றையும் விற்றுவிட்டேன்.

உண்மையில் நான் அதற்கு நேரெதிரானதைத்தான் செய்திருக்க வேண்டும்.

தவறு 7

எனக்குப் பணம் தேவைப்பட்டபோதெல்லாம், என்னுடைய பரஸ்பர நிதி முதலீட்டில் நான் கை வைத்தேன்.

அடிப்படையில், கூட்டுப்பெருக்கத்தை நான் உடைத்தேன்.

வேதனைகரமான, மெதுவான வளர்ச்சிக் காலகட்டத்தில் நான் எப்படியோ சமாளித்தேன்.

கூட்டுப்பெருக்க வளர்ச்சி நிகழவிருந்த நேரத்தில் நான் அதன் சிறகுகளை வெட்டிவிட்டேன்.

தவறு 8

பரஸ்பர நிதியில் முதலீடு செய்ய வேண்டாம் என்றும், தங்கம் வாங்க வேண்டாம் என்றும் நான் என் மனைவியை வற்புறுத்தினேன்.

ஆனால் அவள் அவற்றை மேற்கொண்டாள்.

நான் அவளைப் பரிகசித்தேன்.

எங்கள் இருவருடைய முதலீடுகளில் யாருடைய முதலீடுகள் அதிக பதிலீடுகளைப் பெற்றுத் தந்தன என்று பார்க்கலாம் என்று நான் அவளிடம் சவால்விட்டேன்.

அவளுடைய முதலீடுகள்தாம் எங்களைக் காப்பாற்றின.

ஒரு முறை மட்டும் அல்ல, மூன்று முறை.

நான் பணத்தை வெறுத்ததால், நான் அதை ஒருபோதும் மதிக்கவில்லை. பணமும் என்னை மதிக்கவில்லை என்பதை நான் இறுதியில் உணர்ந்தேன்.

எப்படிப் பணம் பண்ணுவது என்பது எனக்குத் தெரிந்திருந்தபோதிலும், பணத்தை எப்படித் தக்கவைத்துக் கொள்வது என்பதையும், அதை எப்படிப் பெருக்குவது என்பதையும் நான் ஒருபோதும் புரிந்து கொள்ளவில்லை.

ஆனால் இன்று அது எனக்குத் தெரியும் என்று நான் நினைக்கிறேன்.

1. வரிகள் நிஜம்.

ஒப்பிடுகின்றபோது, எப்போதுமே வரிகளுக்குப் பிந்தைய பதிலீடுகளைக் கணக்கில் எடுத்துக் கொள்ள வேண்டும்.

2. பணவீக்கம் நிஜம்.

பணம் காலப்போக்கில் தன் மதிப்பை இழக்கிறது. அதனால், பதிலீடுகள் குறித்தக் கணக்கீட்டில் இதையும் கணக்கில் எடுத்துக் கொள்ள வேண்டும்.

3. கூட்டுப்பெருக்கம் ஒரு மிக முக்கியமான அம்சத்தைச் சார்ந்துள்ளது: நேரம். கூட்டுப்பெருக்கம் நிகழ்வதைப் பார்ப்பதற்கு உங்களுக்கு நேரம் தேவை. எனவே, அதற்கு ஏகப்பட்ட நேரத்தைக் கொடுங்கள்.

4. உங்களுக்குத் தேவையான நேரத்தில் பணம் எடுக்கும் விதத்தில் முதலீடு செய்யுங்கள். இல்லாவிட்டால், முதலீடு செய்வதில் என்ன அர்த்தம் இருக்கிறது?

5. உங்களிடம் மிகுதிப் பணம் இருந்தால், காத்திருங்கள்.

சரியான வாய்ப்புக்காகக் காத்திருங்கள்.

பொறுமையாகக் காத்திருங்கள்.

பங்குச்சந்தை சரியும்வரை காத்திருங்கள்.

நீங்கள் எந்த விலையில் வாங்குகிறீர்களோ, அதுதான் உங்கள் பதிலீட்டைத் தீர்மானிக்கிறது.

"யாரும் மெதுவாகப் பணக்காரராக ஆக விரும்புவதில்லை."

– வாரன் பஃபே

6. உங்களுடைய இருபதுகளில் ஒரு வறியவரைப்போல வாழுங்கள்.

உங்கள் வரவுக்குள் செலவு செய்யுங்கள்.

செலுத்த வேண்டிய கட்டணங்களைச் செலுத்துங்கள், உங்களுக்காக முதலீடு செய்யுங்கள்.

உங்களுடைய ஆசைகளைக் கடைசியாகப் பார்த்துக் கொள்ளுங்கள்.

உங்களுடைய ஆசைகளுக்காகக் கடன் வாங்காதீர்கள்.

7. விலைமதிப்பு உயர்கின்ற வகையான விஷயங்களுக்கு மட்டுமே கடன் வாங்குங்கள்.

கல்வி.

வீடு, ஆனால் ஒன்றே ஒன்று!

8. உங்களுடைய கருத்துகளை அப்படியே எதிரொலிக்கின்றவர்களுடைய அபிப்பிராயங்களின்படி முதலீடு செய்யாதீர்கள்.

நீங்கள் ஒரு நிறுவனர் என்றால் மட்டும் துணிகர முதலீட்டில் ஈடுபடுங்கள்.

நீங்கள் நிதித் துறையில் இருந்தால் மட்டும் பங்குகளில் முதலீடு செய்யுங்கள்.

நீங்கள் ஒரு வணிகர் என்றால் மட்டும் தங்கத்தில் முதலீடு செய்யுங்கள்.

அனைத்து வகையான சொத்துகளைப் பற்றிக் கற்றுக் கொள்ளுங்கள், அவற்றை மதியுங்கள்.

9. பலதரப்பட்ட முதலீடுகளைச் செய்வதற்குப் பதிலாக, எது நல்ல பதிலீட்டைக்

கொடுக்கிறதோ, அதன்மீதான முதலீட்டை இரட்டிப்பாக்குங்கள். பல்வேறு முதலீடுகள் அவ்வளவு சிறப்பான பதிலீடுகளைத் தருவதில்லை.

எது சிறப்பாகச் செயல்படுகிறதோ, அதை அதிகமாகக் கைவசப்படுத்துங்கள்.

10. கூட்டுப்பெருக்கம் நிகழ அனுமதியுங்கள்.

அதற்குக் காலம் ஆகும். பல ஆண்டுகள் ஆகக்கூடும்.

நெடுங்காலத்திற்கு எதுவுமே நிகழ்ந்து கொண்டிருக்காததுபோலத் தோன்றும்,

ஆனால் கூட்டுப்பெருக்கம் நிகழ்ந்து கொண்டிருக்கிறது!

பணம் உங்களுக்குச் சுதந்திரத்தைப் பெற்றுக் கொடுக்கிறது என்பது பணத்தைப் பற்றி நான் கற்றுக் கொண்ட மிகப் பெரிய பாடமாகும்.

சுதந்திரம் ஒரு தனிச் சலுகை.

இந்தச் சுதந்திரத்தை நான் நெடுங்காலம் எனக்கு மறுத்து வந்திருந்தேன்.

இன்று அது எனக்கு இருக்கிறது. இப்போது திரும்பிப் பார்க்கும்போது, இந்தச் சுதந்திரம் எனக்குக் கிடைக்காமல் தடுத்த, நான் செய்த அனைத்துத் தவறுகளையும் நான் உணர்கிறேன்.

அந்தத் தவறுகள் இன்று என்னை அறிவார்ந்தவனாக ஆக்கியுள்ளன.

அவை இன்று உங்களையும் அறிவார்ந்தவராக ஆக்கும் என்று நான் நம்புகிறேன் — சீக்கிரமாக!

தவிர்க்கப்பட வேண்டிய, பணம் தொடர்பான 10 பொதுவான தவறுகள்

தவறு 1

உங்கள் நேரத்தின் மதிப்பை உணராமல், அது ஏதோ இலவசமானதுபோல அதைக் கையாள்வது.

நம்முடைய *1* மணிநேரத்தின் விலை என்ன என்பது நமக்குத் தெரியாது.

நாம் தினமும் இரண்டு மணிநேரம் நெட்ஃபிளிக்ஸ் பார்க்கும்போது நாம் உண்மையிலேயே எவ்வளவு பணத்தைச் செலவு செய்கிறோம் என்பது நமக்குத் தெரியாது.

ஒரு பணித்திட்டத்திற்கு நாம் எவ்வளவு பணம் வாங்க வேண்டும் என்பது நமக்குத் தெரியாது.

நம்முடைய நேரம் எப்படிப் பணத்திற்குச் சமம் என்பது நமக்குப் புரியவில்லை.

தவறு 2

பணத்தைக் கொண்டு அளவிடப்படக்கூடிய விஷயங்களில் உங்கள் நேரத்தைச் செலவிடுதல்.

ஓர் ஆயிரம் ரூபாய் சேமிப்பதற்காக நகரின் ஒரு பகுதியிலிருந்து மறுபகுதிக்குப் பயணிப்பதற்கு நாம் ஓர் அரை நாளைச் செலவிடுவோம். ஏனெனில், நாம் அதை நிச்சயமாக மிச்சப்படுத்துவோம் என்பதை நாம் அறிவோம்.

ஆனால் நம்முடைய சம்பள பேரப்பேச்சிற்கு

நம்மைத் தயார்படுத்திக் கொள்வதற்கு நாம் இரண்டு மணிநேரம் செலவிட மாட்டோம்.

தவறு 3

பல்வேறு கடன்கள் வாங்குதல்.

நம்முடைய எதிர்காலச் சம்பாத்தியத்திற்கு நாம் முக்கியத்துவம் கொடுக்கிறோம்.

ஆனால், இன்று நமக்குக் கட்டுப்படியாவதைக் காட்டிலும் அதிகமாக நாம் செலவு செய்கிறோம்.

கடன்கள் நம்மை இழுத்துப் பிடிக்கின்றன.

நாம் நம்முடைய பணத்தை இழக்கும் வேகத்தை அவை அதிகரிக்கின்றன.

துணிகர முதலீடுகளைச் செய்வதிலிருந்து அவை நம்மைத் தடுக்கின்றன.

நாம் ஒரு பொறிக்குள் மாட்டிக் கொண்டிருப்பது போன்ற உணர்வை அவை நம்முள் ஏற்படுத்துகின்றன!

தவறு 4

நம்முடைய வருவாய்க்கு ஓர் உச்ச வரம்பு இருக்கிறது என்று நம்புதல்.

நம்முடைய வருவாய்க்கு உச்ச வரம்பு எதுவும் கிடையாது. நம்மால் எவ்வளவு சம்பாதிக்க முடியும் என்பதற்கு மேல் வரம்பு எதுவும் இல்லை.

மாறாக, நாம் செலவு செய்வதற்கு ஒரு வரம்பு இருக்கிறது.

உயிர் வாழ்வதற்கு நாம் ஒரு குறைந்தபட்சத் தொகையைச் செலவு செய்தாக வேண்டும்.

செலவுகளைக் குறைப்பதற்குப் பதிலாக, வருவாயை அதிகரிப்பதன்மீது கவனம் செலுத்துங்கள்.

தவறு 5

பங்குச்சந்தைக்கான சரியான நேரத்தைக் கணிக்க முயற்சித்தல்.

சந்தை மிகவும் உயர்ந்திருக்கிறது. அது சரியட்டும்.

சந்தை மிகவும் தாழ்ந்த நிலையில் இருக்கிறது. இதுதான் வாங்குவதற்குச் சரியான நேரம்.

ஒரு பங்குச்சந்தையின் உயர்வுகளும் தாழ்வுகளும் யாருக்கும் தெரியாது. குறிப்பிட்டக் கால இடைவெளியில் முதலீடு செய்வதுதான் ஒரு நீண்டகால நோக்கில் முதலீடு செய்வதற்கான சிறந்த வழியாகும். பங்கு விலை அந்நேரத்தில் என்னவாக இருந்தாலும் அது ஒரு பொருட்டல்ல.

தவறு 6

வாய்ப்பை இழந்துவிடுவோமோ என்ற பயத்தின் காரணமாக முதலீடு செய்தல்.

எல்லோரும் பிட்காயினில் முதலீடு செய்கின்றனர். நானும் அப்படிச் செய்ய வேண்டும்.

எல்லோரும் பிட்காயினை விற்றுக் கொண்டிருக்கின்றனர். நானும் அப்படிச் செய்ய வேண்டும்.

எல்லோரும் ITC வாங்கிக் கொண்டிருக்கின்றனர். நானும் வாங்க வேண்டும்.

எல்லோரும் ITC விற்றுக் கொண்டிருக்கின்றனர். நானும் விற்க வேண்டும்.

எல்லோரும் 'நீங்கள்' அல்லர்!

உங்களுடைய நம்பிக்கைகளிலும் ஆய்விலும் முதலீடு செய்யுங்கள்.

தவறு 7

உங்களுடைய நேரத்தை வாடகைக்கு விடுதல், எந்தச் சொத்தும் இல்லாமல் இருத்தல்.

ஒரு வேலையில் உள்ள எவரும் அளப்பரிய செல்வத்தை உருவாக்கப் போவதில்லை.

ஏனெனில், வேலை செய்வதற்கும் சம்பாதிப்பதற்கும் நாம் நேரம் செலவிட வேண்டியுள்ளது.

மறுபுறம், சொத்துகள், நாம் தூங்கிக் கொண்டிருக்கும்போதுகூடப் பணம் ஈட்டித் தருகின்றன.

ஒரு நிறுவனத்தைத் தொடங்குங்கள். பங்குகளை வாங்குங்கள். வாடகை மூலம் வருவாய் உருவாக்குங்கள்.

தவறு 8

தாமதமாக முதலீடு செய்தல்.

20கள் நாம் குதூகலமாக இருக்க வேண்டிய நேரம். 30களில் நாம் முதலீடு செய்யத் தொடங்கலாம்.

30கள் ஒரு குடும்பத்தை உருவாக்கி அவர்களோடு மகிழ்ச்சியாக இருப்பதற்கான நேரம். 40களில் முதலீடு செய்யத் தொடங்கலாம்.

உங்களுக்குப் பதினெட்டு வயது ஆனபோது நீங்கள் முதலீடு செய்யத் தொடங்கியிருக்க வேண்டும். அதுதான் சரியான நேரம்.

அடுத்தச் சிறந்த நேரம் 'இன்று'.

தவறு 9

உங்களுடைய பணத்தை மற்றவர்களோடு ஒப்பிடுதல்.

நம்மில் பெரும்பாலானோருக்கு, பணம் ஒரு விளைவே அன்றி, ஓர் உள்ளீடு அல்ல.

அது நாம் மேற்கொண்டு வந்துள்ள தீர்மானங்களின் விளைவே அன்றி, அத்தீர்மானங்களை நாம் மேற்கொண்டதற்கான காரணம் அல்ல.

பணம் சம்பாதிப்பதற்கு மக்கள் மேற்கொண்ட தீர்மானங்களை ஒப்பிடுங்கள்.

விளைவுகளை ஒப்பிடுவது எதற்கும் உதவாது!

தவறு 10

பணத்தின் பின்னால் ஓடுதல்.

பணம் உங்களுக்குச் சுதந்திரத்தைக் கொடுக்கிறது.

சுதந்திரம் ஒரு தனிச் சலுகை.

ஆனால் நாம் பணத்தின் பின்னால் ஓடத் தொடங்கும் கணத்தில், நாம் இனியும் சுதந்திரமாக இல்லை.

பணத்தைப் பயன்படுத்தி உங்களுடைய சுதந்திரத்தைச் சம்பாதியுங்கள்.

பணம் சம்பாதிப்பதற்காக உங்களுடைய சுதந்திரத்தை விட்டுக்கொடுக்காதீர்கள்.

போனஸ்

உங்களால் முடியும்போதும் துணிகரச் செயல்களில் இறங்காமல் இருத்தல்.

நம்முடைய 20களில், நாம் இழப்பதற்கு நம்மிடம் அவ்வளவாக எதுவும் இருப்பதில்லை. ஒருவேளை நாம் இழந்தாலும், அதிலிருந்து மீள்வதற்கு நமக்கு நேரம் இருக்கிறது.

நம்முடைய 30களிலும் 40களிலும் நமக்கு அவ்வளவு நேரம் இருப்பதில்லை.

அதனால்தான் நம்முடைய பெற்றோர் ஃபிக்சட் டெபாசிட்டை விரும்புகின்றனர்.

ஆனால் நாம் அதைச் செய்யக்கூடாது.

முன்னதாகவே துணிகர முயற்சிகளில் இறங்குங்கள்.

குறுகியகால ஏற்ற இறக்கங்களைப் பற்றிக் கவலைப்படாதீர்கள்.

பணத்தைப் பற்றி நம்முடைய பெற்றோரோ அல்லது நம்முடைய பள்ளிகள் மற்றும் கல்லூரிகளோ நம்மிடம் பேசியிருந்தால் எவ்வளவு நன்றாக இருந்திருக்கும்!

அவர்கள் அப்படிப் பேசாததால், தவறு செய்து கற்றுக் கொண்டவர்களிடமிருந்து நாம் கற்றுக் கொள்ள வேண்டியிருக்கிறது.

அல்லது, அதே தவறுகளை நாம் செய்ய வேண்டியிருக்கிறது.

பணத்தைப் பற்றிப் புரிந்து கொள்ள எனக்குப் பெரிதும் உதவிய மூன்று நூல்கள்:

- ரிச் டேட் புவர் டேட்
- சைக்காலஜி ஆஃப் மணி
- இன்டெலிஜென்ட் இன்வெஸ்டர்

பணத்தைப் பற்றி எனக்கு ஏராளமாகக் கற்றுக் கொடுத்த மூன்று நபர்கள்:

- என் மனைவி ருச்சி
- நவல் ரவிகாந்த்
- மோர்கன் ஹவுசல்

பணத்தை எப்படி அக்கறையாகப் பேணுவது என்பது உங்களுக்குத் தெரியவில்லை என்றால், பணம் உங்களிடமிருந்து விலகி இருக்கும்.

– ராபர்ட் கியோஸாகி

பணத்தைப் பற்றி என்னிடம் கூறப்பட்ட 10 பொய்கள்

பொய் 1

பணம்தான் அனைத்துத் தீமைக்குமான ஆணிவேர்.

சிறு வயதிலிருந்தே, பணத்தைப் பற்றிச் சிந்திப்பது ஊக்குவிக்கப்படவில்லை.

பணம் முக்கியமானது, ஆனால் அதைப் பற்றிச் சிந்திப்பது தீயது என்பது சொல்லப்படாத விதியாக இருந்தது.

ஏனெனில், சச்சரவுகள், போர்கள், முரண்பாடுகள் ஆகியவற்றுக்குப் பின்னால் இருந்தது பணம்தானே?

பணம் அதற்கான காரணம் அல்ல என்பதை இப்போது நான் அறிவேன்.

நம்முடைய வாழ்வில் பணத்திற்கு நாம் கொடுக்கின்ற முக்கியத்துவம்தான் காரணம்.

பணம் வெறுமனே பரிவர்த்தனைக்கான ஓர் ஊடகம்.

அது ஓர் உணர்ச்சியாக மாறும்போது, அது நம்மை ஆட்கொள்கிறது.

வாழ்வில் அனைத்து விஷயங்களுக்கும் இது பொருந்தும்!

பொய் 2

பணக்காரர்கள் குறித்து எச்சரிக்கையாக இருங்கள்.

மற்றவர்களைச் சுரண்டுவது, இரக்கமற்றவர்களாக இருப்பது, சட்டத்தை உங்களுக்குச் சாதகமாக வளைப்பது ஆகியவற்றின் மூலமாக மட்டுமே பணக்காரராக ஆக முடியும் என்று எப்போதும் அனுமானிக்கப்பட்டது.

பணக்காரர்கள் தங்கள் அறநெறிகளைக் காவு கொடுத்துள்ளனர்.

ஒழுக்கமற்ற ஒவ்வொரு பணக்காரருக்கும், பணத்தையும் மக்களையும் விழுமியங்களையும் மதிக்கின்ற மக்களுக்கான ஏராளமான எடுத்துக்காட்டுகள் இருக்கின்றன என்பதை இப்போது நான் அறிவேன்.

ஆனால் நாம் அவர்களைப் பற்றிப் பேசுவதோ அல்லது கேள்விப்படுவதோ இல்லை.

செய்திகள் வழக்கத்திற்கு மாறான விஷயங்களை மட்டுமே பேசுகின்றன, சாதாரணமான விஷயங்களை அல்ல.

பொய் 3

பணத்தைச் சேமிப்பது முக்கியம்.

சேமிப்பு முக்கியம்தான். ஆனால் முழுக் கதையும் நம்மிடம் ஒருபோதும் சொல்லப்படவில்லை.

முதலீடு அதிக முக்கியமானது என்று நம்மிடம் சொல்லப்படவில்லை.

பண மதிப்பிழப்புக்குப் பிறகு, நம்முடைய பெற்றோர் 'சேமித்த' அனைத்துப் பணமும் வெளியே வந்தது. அவர்களுடைய சேமிப்புத் திறனுக்காக அவர்கள் புகழப்பட்டனர்.

நமக்குக் கற்றுக் கொடுக்கப்பட்டப் பெரும்பாலான 'சேமிப்பு' அணுகுமுறைகள் பணத்தின் மதிப்பை அழிக்கின்றன.

நம்முடைய பணம் பணவீக்கத்தை முறியடிக்கும்படி செய்வதற்கு, எப்படி முதலீடு செய்ய வேண்டும் என்று நமக்கு ஒருபோதும் கற்றுக் கொடுக்கப்படவில்லை.

பொய் 4

நகைகள் வாங்குவது ஒரு முதலீடாகும்.

கிடைத்த ஒவ்வொரு சந்தர்ப்பத்திலும் நாம் நகைகள் வாங்கினோம். அது நம்முடைய சமூக அந்தஸ்தை உயர்த்தியதோடு, ஓர் அறிவார்ந்த தேர்ந்தெடுப்பாகவும் கருதப்பட்டது. ஏனெனில், காலப்போக்கில் தங்கத்தின் மதிப்பு அதிகரித்தது.

அது ஒரு முதலீடுதான்.

தங்கம் ஒரு முதலீடு, ஆனால் நகைகள் அப்படி அல்ல என்பதை இப்போது நான் அறிவேன்.

நம்முடைய ஆசைகளை நம்முடைய தேவைகள்போலத் தோன்றச் செய்யும்போது, நாம் எப்போதும் ஏதோ ஒரு தவறு செய்துவிடுகிறோம்.

பொய் 5

ஒரு வீடு வாங்குவதுதான் உச்சக்கட்டப் பொருளாதார இலக்கு.

வாடகை கொடுப்பது வழக்கமான நடுத்தர வர்க்கத்தின் சாபக்கேட்டு. அது நடுத்தர வர்க்கத்தினர் தங்களுக்குத் தாங்களே இழைத்துக் கொள்ளும் ஒரு குற்றமும்கூட. வாழ்வில் எவ்வளவு முன்னதாக முடியுமோ அவ்வளவு முன்னதாக நாம் சொந்தமாக வாங்குகின்ற வீடு, நாம் பெறத் தகுதியான பாதுகாப்பையும் நாம் அடைய விரும்புகின்ற அந்தஸ்தையும் நமக்குக் கொடுக்கிறது.

வாழ்வில் வெகு முன்னதாக ஒரு வீடு வாங்குவது உங்களைக் கட்டிப் போட்டுவிடும், எனவே அது பின்வருத்தம் தரக்கூடிய ஒரு முடிவாக இருக்கும் என்பதை இப்போது நான் அறிவேன்.

பொருளாதாரரீதியாக அது அர்த்தம் வாய்ந்ததாக இல்லை (கணக்குப் போட்டுப் பார்த்துக் கொள்ளுங்கள்). அது ஒரு நகரத்துடன், ஒரு பகுதியுடன் உங்களைப் பிணைத்துவிடுகிறது, அதிலிருந்து தப்பிப்பது கடினமாக இருப்பதை நீங்கள் காண்பீர்கள்.

பொய் 6

நாம் வாங்குகின்ற விலையுயர்ந்த பொருட்கள் அனைத்தும் சொத்துகள்தாம்.

ஒன்று எவ்வளவு விலையுயர்ந்ததாக இருக்கிறது என்பதை வைத்து நாம் அதை ஒரு சொத்தாக வரையறுப்பது வழக்கமாக இருந்தது. விலை எவ்வளவு அதிகமோ, அச்சொத்து அவ்வளவு சிறப்பானது.

வீட்டுப் பயன்பாட்டுப் பொருட்களுடன் தொடங்கி, பிறகு ஸ்கூட்டர், கார், வீடு என்று அது தொடர்ந்தது.

'சொத்துகள்' வாங்குவது நடுத்தர வர்க்கத்தின் போக்காக இருந்தது.

அவற்றில் பெரும்பாலானவை சொத்துகள் அல்ல என்பதை இப்போது நான் அறிவேன்.

நாம் வசிக்கின்ற வீடு உட்பட!

நான் காலப்போக்கில் உருவாக்கிய இரண்டே இரண்டு சொத்துகள் என் நெட்வொர்க்கும் என்னுடைய டிஜிட்டல் உள்ளீடும் மட்டுமே.

அவற்றுக்கு நான் பணம் எதுவும் கொடுக்கவில்லை. என்னுடைய நேரத்தைக் கொண்டு நான் அவற்றை வாங்கினேன்.

பொய் 7

வங்கியில் கடன் வாங்குவதும் கடனட்டைகளைப் பயன்படுத்துவதும் உங்கள் எதிர்காலத்தில் உங்களுக்கு இருக்கின்ற தன்னம்பிக்கைக்கான ஓர் அறிகுறியாகும்.

உங்களுக்கு உங்கள்மீது நம்பிக்கை இருப்பதால், எதிர்காலத்தில் முயற்சித்துப் பார்ப்பதற்குப் பதிலாக, இப்போது எதையேனும் முயற்சிப்பது

உங்களுக்குக் கட்டுப்படியாகும்.

ஒருவர் அந்தக் கடனை உங்களுக்குக் கொடுக்க ஒப்புக் கொண்டது அதற்கான ஒரு சான்று.

பொருளாதாரரீதியாக சாமர்த்தியமான மக்கள், பணத்தைச் சேமிப்பதற்காக, தங்களிடம் பணம் இருந்தாலும் கடன் வாங்குகின்றனர்.

பொருளாதாரரீதியாக பலவீனமான மக்கள், பணத்தைச் செலவழிப்பதற்காக, தங்களால் திருப்பிச் செலுத்த முடியாவிட்டாலும் கடன் வாங்குகின்றனர்.

பொய் 8

ஒரு பணக்காரராக ஆவதற்கு இரண்டு வழிகள் உள்ளன - ஒரே இடத்தில் நெடுங்காலம் வேலை செய்வது அல்லது ஓரிரு ஆண்டுகளுக்கு ஒரு முறை வேலைகளை மாற்றிக் கொண்டே இருப்பது.

உங்களுடைய வருங்கால வைப்பு நிதி மற்றும் பணிவிலகல் கொடைத் தொகை, அல்லது நீங்கள் வேறு வேலைகளுக்கு மாறியபோது உங்களுக்குக் கிடைத்தப் பணம் உங்களைப் பணக்காரராக ஆக்கும்.

உங்கள் சம்பளத்திற்கும் உங்கள் சொத்துகளுக்கும் எந்தத் தொடர்பும் இல்லை என்பதை இப்போது நான் அறிவேன்.

ஒரு வேலையில் நீங்கள் எவ்வளவு சம்பாதிக்கிறீர்கள் என்பது உங்களுடைய நிகரச் சொத்து மதிப்பைத் தீர்மானிப்பதில்லை.

நீங்கள் தூங்கிக் கொண்டிருக்கும்போது உங்களுக்குப் பணம் ஈட்டிக் கொடுக்கின்ற முதலீடுகள் உங்களிடம் எவ்வளவு உள்ளன என்பது உங்களுடைய நிகரச் சொத்து மதிப்பைத் தீர்மானிக்கிறது.

பொய் 9

பணம் பண்ணுவதற்கான ஒரே வழி ஒரு நல்ல கல்வித் தகுதியைப் பெறுவதுதான்.

கல்லூரிக்குச் சென்று படியுங்கள், ஒரு வேலை தேடிக் கொள்ளுங்கள், சேமிக்கத் தொடங்குங்கள், ஒரு வீட்டை வாங்குங்கள், உங்கள் வேலையில் சிறப்பாகச் செயல்படுங்கள், தொடர்ந்து ஊதிய உயர்வுகள் பெறுங்கள்.

அப்போது நீங்கள் ஒரு பணக்காரராக ஆகிவிடுவீர்கள்.

அதுதான் வழி.

அதுதான் கணிக்கத்தக்க வழி.

அதுதான் ஒரே வழி!

எனக்குத் தெரிந்த, பொருளாதாரரீதியாக அறிவார்ந்த மக்கள் இந்த வழியைப் பின்பற்றாதவர்கள், அவர்கள் எந்த வழியையும் பின்பற்றாதவர்கள்.

அவர்கள் தொடர்ந்து சொத்துகளை வாங்கிக் கொண்டும் உருவாக்கிக் கொண்டும் இருந்தனர். அவர்களுடைய சொந்த நிறுவனம், பங்குகள், அறிவுச் சொத்து, முதலீடுகள் போன்றவை அதில் அடங்கும்.

பொய் 10

நீங்கள் பணக்காரராக ஆனவுடன், பணம் இல்லாதவர்களுக்குப் பணம் கொடுங்கள்.

பணம் கொடுப்பது ஓர் உன்னதமான செயல், உங்களுக்கு வழி இருக்கும்போது, மற்றவர்களுக்கு நீங்கள் உதவ வேண்டும்.

அது நல்ல கர்மவினையைக் கொண்டுவரும், உங்களுக்கு அதிகப் பணத்தைக் கொண்டுவரும். அதன் மூலம் நீங்கள் அதிகப் பணம் கொடுப்பீர்கள்.

அச்சுழற்சி தொடர்கிறது.

மக்கள் தங்களுடைய பாதையை மாற்றிக் கொள்வதற்குக் காரணம் பணமல்ல, ஒரு வாய்ப்பு என்பதை இப்போது நான் அறிவேன்.

நான் பணம் கொடுப்பதற்குப் பதிலாக வாய்ப்புகளை உருவாக்குவதன் மூலம் மற்றவர்களுக்கு உதவுவதற்கு நான் என் பணத்தைச் செலவிடுகிறேன்.

எனவே, நாளைக்கு அவர்களுக்கு என்னுடைய பணம் தேவைப்படாது.

நான் வளர்ந்து வந்த காலத்தில்...

ஏராளமான பணம் சம்பாதிப்பதைப் பற்றிக் கனவு காண்பது தீண்டத்தகாத ஒரு விஷயமாக இருந்தது. பணத்தை முதலீடு செய்வது குறித்து எதுவும் ஒருபோதும் கலந்துரையாடப்படவில்லை. பணத்தைச்

செலவிடுவது சமூகரீதியாக விரும்பத்தக்க ஒரு செயலாக எப்போதும் பார்க்கப்பட்டது.

இதில் மோசமான விஷயம் என்னவென்றால், தாங்கள் பொய்களை நம்பிக் கொண்டிருந்தோம் என்பதை யாரும் அறிந்திருக்கவில்லை.

என்னுடைய பெற்றோர்களும் உறவினர்களும் என்னுடன் தொடர்பில் இருந்தவர்களும், இந்தப் பொய்கள் அனைத்தும் உண்மை என்று உண்மையிலேயே நம்பினர்.

அவர்கள் நல்ல நோக்கங்களுடன் என்னை வழிநடத்தினர், என்மீது தாக்கம் ஏற்படுத்தினர்.

வழிநடத்துவதற்கோ அல்லது தாக்கம் ஏற்படுத்துவதற்கோ சரியான நபர்கள் அல்லர் அவர்கள்.

ஏராளமான தவறுகள், ஏராளமான சுய அலசல்கள் ஆகியவற்றுக்குப் பிறகுதான் உண்மையை நான் பார்க்கத் தொடங்கினேன்.

என்னைவிடச் சீக்கிரமாக இந்தப் புரிதல் உங்களுக்குக் கிடைக்க வேண்டும் என்பதுதான் என் விருப்பம்.

பகுதி 6

உறவுகள்

உறவுகளில்தான் நாம் தழைக்கிறோம்.

அங்கேதான் நாம் அதிகமான சவால்களை எதிர்கொள்கிறோம்.

அனைத்துப் பிரச்சனைகளும் உறவுகளில் ஏற்படும் பிரச்சனைகள்தாம் என்று எனக்குப் பிடித்த நூல்களில் ஒன்றான 'த கரேஜ் டு பி டிஸ்லைக்ட்' நூல் கூறுகிறது.

எனக்கு அதில் உடன்பாடு இல்லை.

மிக முக்கியமான நபருடன் சரியான உறவு வைத்திருப்பதிலிருந்துதான் எல்லாமே தொடங்குகிறது. அந்நபர் நீங்கள்தான்!

இவ்விஷயத்தைப் பற்றிய என்னுடைய சிந்தனைபூர்வமான அலசல்கள் எனக்கு எவ்வளவு உதவுகின்றனவோ, அவை உங்களுக்கும் உதவும் என்று நான் நம்புகிறேன்.

உங்களுடன் நீங்கள் நட்புறவு கொள்வீர்களா?
உங்களை நீங்கள் திருமணம் செய்து கொள்வீர்களா?
நீங்கள் உங்கள் சொந்த மேலதிகாரியாக இருப்பீர்களா?
நீங்கள் எத்தகையவராக இருக்க விரும்ப மாட்டீர்கள்?

நீங்கள் ஏன் தொடர்ந்து அத்தகையவராக இருக்கிறீர்கள்?

பிறரிடம் நீங்கள் ஒருபோதும் பார்க்க விரும்பாத சில குறைகள் உங்களிடம் இருக்கின்றன.

நீங்கள் தொடர்ந்து அவற்றோடு வாழ்ந்து வருகிறீர்கள்.

மற்றவர்களிடம் உள்ள எதை உங்களால் ஏற்றுக் கொள்ள முடியவில்லையோ, உங்களிடமும் அதை உங்களால் ஏற்றுக் கொள்ள முடியாது.

மற்றவர்களிடம் நாம் காண விரும்புகின்ற மாற்றம் முதலில் நம்மிடம் நிகழ வேண்டும்.

நாம் எதை அனுமதிக்கிறோமோ, அதை நாம் வரவழைக்கிறோம்.

உங்களுடைய பெற்றோரை உங்களால் தேர்ந்தெடுக்க முடியாது. உளவியல்ரீதியாக அவர்கள் உங்களுக்குச் செய்கின்ற விஷயங்கள்மீதும் உங்களுக்கு எந்தக் கட்டுப்பாடும் இல்லை. தேவைப்பட்டால் உங்கள் மனக்காயத்தை நீங்களே ஆற்றிக் கொள்ளத் தயாராக இருங்கள்.

நாம் தேர்ந்தெடுக்காத ஒரே விஷயம், நாம் எந்தக் குடும்பத்தில் பிறக்கிறோம் என்பதுதான். நாம் குழந்தைகளாக இருக்கும்போது நம்மீது உச்சபட்சத் தாக்கம் ஏற்படுத்துகின்ற ஒரே விஷயம், நாம் பிறந்திருக்கின்ற குடும்பம்தான்.

இது சிலருக்கு நல்ல செய்தியாக இருக்கக்கூடும். சிலருக்குத் துயரச் செய்தியாக இருக்கக்கூடும்.

பெரும்பாலான மக்கள் இந்தத் துயரத்துடன் வாழ்வதைத் தேர்ந்தெடுக்கின்றனர். அவர்கள் அதைத் தலைவிதி என்று அழைக்கின்றனர். துணிச்சலானவர்கள், தங்களுடைய மனக்காயங்களைத் தாங்களே ஆற்றிக் கொள்வதன் மூலம், தங்களுக்கு நிகழ்ந்தவற்றை மாற்றுவதைத் தேர்ந்தெடுக்கின்றனர்.

துணிச்சலான தேர்ந்தெடுப்பை மேற்கொள்வதிலிருந்து எது உங்களைத் தடுக்கிறது?

குணப்படுத்துதல் ஒரு தேவையான விஷயமாக இருக்கிறது.

ஒருவர்மீது வன்மம் கொள்வதற்கு ஏகப்பட்ட முயற்சி தேவை.

ஒருவர்மீது கோபம் கொண்டிருப்பதில் விரயம் செய்யப்படுகின்ற அனைத்து நேரத்தையும் பற்றிச் சிந்தித்துப் பாருங்கள்.

யாரோ உங்கள் மனத்தைச் சுக்குநூறாக உடைத்துவிட்டனர். இப்போது நீங்கள் உங்கள் மன அமைதியைத் தொலைத்துவிட்டுப் பழிவாங்கத் தீர்மானித்துவிட்டீர்கள்.

நாம் ஒருவர்மீது வன்மம் கொள்ளும்போது, அவர்கள் நமக்குச் செய்த அதே காரியத்தை நாம் செய்கிறோம். நம்மை நாமே காயப்படுத்திக் கொள்கிறோம்.

அவர்கள் நம்மை ஒரு முறை காயப்படுத்துகின்றனர். நாம் நம்முடைய தலைக்குள் அதை மீண்டும் மீண்டும் நினைத்துப் பார்த்து எண்ணற்ற முறை நம்மை நாமே காயப்படுத்திக் கொள்கிறோம்.

இவ்வுலகிலுள்ள ஒவ்வொரு பிரச்சனைக்கும், கருத்துப் பரிமாற்றத்தில் நிகழ்ந்த ஏதோ தவறான புரிதல்தான் காரணமாக இருந்திருக்கிறது.

அனைத்து உறவுகளும் கருத்துப் பரிமாற்றங்களால்தான் தழைக்கின்றன.

நீங்கள் யார்மீதேனும் வருத்தம் கொண்டிருக்கிறீர்களா? நீங்கள் அது பற்றி அவர்களிடம் பேசினால் என்ன?

நீங்கள் உங்கள்மீது வருத்தமாக இருக்கிறீர்களா? நீங்கள் ஏன் உங்களுடன் பேசக்கூடாது?

எப்படிப் பேச வேண்டும் என்பதை அறிந்து கொண்டு நாம் கருத்துப் பரிமாற்றத்தில் ஈடுபடும்போது, பிரச்சனைகள், மேற்கொள்ளப்பட வேண்டிய செயல்நடவடிக்கைகளாக மாறுகின்றன.

நன்றி என்று சொல்வதற்கும் நன்றியை உணர்வதற்கும் இடையே ஒரு பெரிய வேறுபாடு உள்ளது.

ஒருவரை மகிழ்ச்சிப்படுத்துவதற்காக நீங்கள் 'நன்றி' என்று சொல்கிறீர்கள். அல்லது, நீங்கள் உண்மையிலேயே நன்றியை உணர்வதால் நீங்கள் 'நன்றி' என்று சொல்கிறீர்கள்.

ஒன்று கடமையை வெளிக்காட்டுகிறது. மற்றொன்று அபிமானத்தை வெளிக்காட்டுகிறது.

நாம் எதைக் கொடுப்பதைத் தேர்ந்தெடுக்கிறோமோ, அதன் மூலமாகத்தான் நாம் நம்முடைய உறவுகளை உருவாக்குகிறோம்.

வேறு எதுவொன்றையும்விட, மற்றவர்களுக்குக் கற்றுக் கொடுப்பது அதிகச் சிறப்பாக உங்களுக்குக் கற்றுக் கொடுக்கிறது.

நீங்கள் எதையேனும் கற்றுக் கொள்ளும்போது, அதை நீங்கள் உங்களின் ஒரு பகுதியாக ஆக்குகிறீர்கள்.

நீங்கள் எதையேனும் கற்றுக் கொடுக்கும்போது, அதை நீங்கள் மற்றவர்களின் ஒரு பகுதியாக ஆக்குகிறீர்கள்.

விஷயங்களை மற்றவர்களுக்குப் புரிய வைப்பதற்கு அவற்றை எளிமைப்படுத்துங்கள்.

உங்களுக்கு ஏற்கெனவே தெரிந்தவற்றை எளிமைப்படுத்துங்கள்.

அதிலிருந்து புதிய விஷயங்களை நீங்கள் உருவாக்குவீர்கள்.

‘நீங்கள் சொல்வது சரி’ என்று கூறுவதிலிருந்து தொடங்குவது சிறப்பாக இருக்கும்.

அதை எல்லோர் முன்னிலையிலும் சொல்வது மேன்மையானது!

உங்களுடைய பரிவு உங்களுக்கு வேதனையூட்டக்கூடும், ஒருவிதமான நம்பிக்கைத் துரோக உணர்வைக் கொடுக்கக்கூடும். ஆனாலும் பிறர்மீது பரிவு காட்டுங்கள்.

நீங்கள் காட்டும் பரிவு உங்களுக்குத் திருப்பிக் கிடைக்கும் என்ற உத்தரவாதம் இல்லை.

சிலர் அதைக் கொண்டு விளையாட்டுக் காட்டவும் செய்வர்.

சிலர் அதைக் கண்டுகொள்ளக்கூட மாட்டார்கள்.

சிலர் உங்கள் பரிவை ஒருபோதும் அங்கீகரிக்க மாட்டார்கள்.

ஆனாலும், பரிவு காட்டுவதுதான் சரியான செயலாகும்.

யாருடைய ஒப்புதலுக்காகவும் அல்ல, மாறாக, உங்களுடைய ஒப்புதலுக்காக.

நீங்கள் பரிவானவராக இல்லாவிட்டால், நீங்கள் வேறு யாராக இருப்பீர்கள்?

ஜனரஞ்சகமற்ற அபிப்பிராயம்

பச்சாதாபத்தைக் கற்றுக் கொடுக்க முடியாது. அது இயல்பாக உங்களுக்கு வர வேண்டும்.

பச்சாதாபம் = உங்களுடைய சூழ்நிலை எனக்குப் புரிகிறது.

பல ஆண்டுகளாக மக்களைச் சந்தித்து அவர்களோடு உரையாடியதிலிருந்து நான் சில விஷயங்களை உறுதியாக அறிவேன். அவை பின்வருமாறு:

பச்சாதாபம் உங்களுடைய உள்ளார்ந்த பண்புநலனாக இருக்கிறது அல்லது இல்லை.

மற்றவர்களைப் புரிந்து கொள்வதற்கு யாராலும் உங்களுக்குக் கற்றுக் கொடுக்க முடியாது.

மற்றவர்களின் நிலையில் உங்களை இருத்திப் பார்ப்பதற்கு யாராலும் உங்களுக்குக் கற்றுக் கொடுக்க முடியாது.

உங்களிடம் பச்சாதாபம் இருக்கிறது அல்லது இல்லை. அதை வளர்த்தெடுக்க முடியாது.

இந்த உண்மையை நீங்கள் உணர்ந்து கொள்ளும்போது, யாருக்காக உங்கள் நேரத்தைச் செலவிடுவது மதிப்பு வாய்ந்ததாக இருக்கும் என்பதையும், யாரிடம் 'முடியாது' என்று சொல்ல வேண்டும் என்பதையும் நீங்கள் தீர்மானிக்கலாம்.

இரக்கம்: உனக்காக நான் வருந்துகிறேன்.
பச்சாதாபம்: உன்னுடைய நிலைமை எனக்குப் புரிகிறது.
மதிப்பு: இச்சூழ்நிலையை நீ கையாளும் விதத்தைக் கண்டு நான் பிரமிக்கிறேன்.

மதிப்பு >> பச்சாதாபம் >> இரக்கம்

இரக்கம் என்பது ஒரு விதமான பரிதாப உணர்வு.

பச்சாதாபம் என்பது பரிதாப உணர்வைத் தாண்டி, அடுத்தவருடைய நிலையில் தன்னை இருத்திப் பார்ப்பதாகும்.

மதிப்பு என்பது அவர்கள் இவ்வளவு பிரச்சனைகளை அனுபவித்துக் கொண்டிருந்தும்கூட, அவர்கள் அழகாக அவற்றைக் கையாண்டு கொண்டிருக்கின்றனர் என்பதை அவர்களுக்குத் தெரியப்படுத்துவதாகும்.

யாரும் பயனற்றவர்கள் அல்லர்.

உங்களுக்குத் தெரியாத ஏதோ ஒரு விஷயம் ஒவ்வொருவருக்கும் தெரியும்.

மக்களுக்கு எதுவும் தெரியாது என்ற மனப்போக்குடன் அவர்களை நாம் அணுகும்போது, புதிதாக எதையேனும் கற்றுக் கொள்வதற்கான அனைத்துக் கதவுகளையும் நாம் மூடிவிடுகிறோம்.

நம்முடைய அகங்காரத்தை அடைத்து வைத்துவிட்டு, புதிதாக எதையேனும் கற்றுக் கொள்வதற்கு ஒரு திறந்த மனத்துடன் இருக்கும்போதுதான், நமக்குத் தெரியாத எவ்வளவு விஷயங்கள் இருக்கின்றன என்பதை நான் உணர்வோம்.

ஒவ்வொருவரிடமும் கதைகள் இருக்கின்றன. கதைகள் தம்முடைய வடிகட்டிகளை உருவாக்குகின்றன.

வடிகட்டிகள் அவற்றின் கறைகளை உருவாக்குகின்றன அல்லது அவற்றைச் சுத்தப்படுத்துகின்றன.

கிட்டத்தட்ட ஒவ்வொரு கதையும், உங்களிடம் இல்லாத ஏதோ ஒரு தகவலுடன் வருகிறது. அதில் ஆச்சரியப்பட எதுவும் இல்லை. மாறாக, இது நிம்மதியளிக்கிறது.

உங்களுக்கு அதிகமான விஷயங்கள் தெரியாது என்று அறிந்திருப்பதுதான் சிறந்த அறிவாகும்!

மக்கள் உண்மையைச் சொல்லும்போது அதை நாம் பாராட்டாமல் இருப்பதன் மூலம், அவர்கள் பொய்யுரைக்க நாம் அவர்களை ஊக்குவிக்கிறோம்.

உங்களுடைய சிறு வயதில் நீங்கள் ஏதோ தவறு செய்தது உங்களுக்கு நினைவிருக்கிறதா?

பொய் சொல்வதற்குப் பதிலாக, நீங்கள் உங்கள் தவறை உங்கள் பெற்றோரிடம் ஒப்புக் கொள்ளத் தீர்மானித்தீர்கள், இல்லையா?

ஆனால், உண்மையைச் சொன்னதற்காக உங்களைப் பாராட்டுவதற்குப் பதிலாக, அவர்கள் உங்களைத் திட்டினார்கள்.

அது உங்களுடைய உலகக் கண்ணோட்டமாக ஆகிறது. உலகம் எப்படி இயங்குகிறது என்பதை நீங்கள் இப்படித்தான் கண்டுபிடிக்கிறீர்கள்.

நம்மைச் சுற்றிலும் உள்ள மக்களிடம் நாமும் இப்படித்தான் நடந்து கொள்கிறோமா?

உண்மையைப் பேசுவது ஒரு துணிச்சலான செயல் அல்ல என்ற செய்தியை அவர்களிடம் நாம் சொல்லாமல் சொல்லிக் கொண்டிருக்கிறோமா?

உண்மை அச்சுறுத்தக்கூடியது. ஆனால் அதை எடுத்தியம்புவதற்கான துணிச்சலோடு அது வருகிறது.

ஒருவரைப் பற்றி நன்றாகத் தெரிந்த பிறகும் நீங்கள் ஒருவரை மதிப்பதுதான் உண்மையான மதிப்பு.

ஒரு தூரத்திலிருந்து ஒருவரை மதிப்பது சுலபமானது. அதற்குப் பெயர் மதிப்பு அல்ல. அது ஈர்ப்பு.

ஒருவரைப் பற்றி நன்றாகத் தெரிந்த பிறகு அவரை மதிப்பது கடினமானது.

இப்போது அவர்கள் பாசாங்கு செய்து கொண்டிருக்கவில்லை.

அவர்கள் இப்போது முகமூடி அணிந்திருக்கவில்லை.

இப்போதுதான் உங்களுடைய பிரமிப்பு வெறுப்பாகவோ அல்லது மதிப்பாகவோ மாறுகிறது.

தங்களிடமிருந்து ஓடி ஒளிந்து கொள்ள முயற்சிக்கின்ற மக்களிடமிருந்து ஓடி ஒளிந்து கொள்ளுங்கள்.

தங்களுடைய மனக்காயத்தை ஆற்றிக் கொள்ள விரும்பாதவர்கள்.

தங்களுடைய ஆழமான பகுதியைத் தெரிந்து கொள்ள விரும்பாதவர்கள்.

தங்களிடம் உள்ள தவறுகளைத் திருத்திக் கொள்ள விரும்பாதவர்கள்.

கடினமான விஷயங்கள் குறித்துச் சிந்திக்க விரும்பாதவர்கள்.

இவர்களிடமிருந்து தள்ளியே இருங்கள்.

எல்லா வாக்குவாதங்களிலும் நீங்கள் கலந்து கொள்ள வேண்டியதில்லை - உங்களுக்கு அழைப்பு விடுக்கப்பட்டால்கூட!

உங்கள் மன அமைதிக்கான வழி அதுதான்.

அதிகமான உள்ளீடுகள் வாக்குவாதங்களை வளர்க்கின்றன.

எந்தவொரு வாக்குவாதத்திலும் உங்களுடைய மௌனம்தான் உள்ளீடாக இருக்கும் என்றால், அமைதி தானாகப் பிறக்கும்.

மரியாதை ஒருவருடைய பதவியிலிருந்து வருவதில்லை.

அது நடத்தையிலிருந்து வருகிறது.

நீங்கள் ஒரு முதன்மை நிர்வாக அதிகாரியாகவோ, தலைவராகவோ, நிறுவனராகவோ, அல்லது மேலாளராகவோ இருப்பதால் மரியாதை வருவதில்லை.

நீங்கள் செய்கின்ற விஷயங்களிலிருந்தும் நீங்கள் யாராக இருக்கிறீர்களோ அதிலிருந்தும்தான் மரியாதை வருகிறது.

மரியாதையைப் பெறுவதற்கு அலங்காரப் பதவிப் பெயர்கள் தேவையில்லை.

நீங்கள் என்ன செய்கிறீர்களோ அதுதான் உங்களுடைய பதவிப் பெயராக ஆகிறது.

மற்றவர்களை நீங்கள் நடத்தும் விதம்தான் உங்களுடைய பிசினஸ் கார்டு ஆகும்.

உங்களிடம் தவறு இருப்பதாக உங்களிடம் கூறுகின்ற மக்கள் இருக்கின்றனர். உங்களிடம் எங்கே தவறு உள்ளது என்பதைப் பார்க்க உங்களுக்கு உதவுகின்ற மக்களும் இருக்கின்றனர்.

இவர்களில் யார் அதிக முக்கியமானவர்கள் என்று ஊகிக்க முடியுமா?

உங்களிடம் தவறு இருப்பதாகக் கூறுகின்றவர்கள்தாம் தங்களுடைய நம்பிக்கைகளை உங்கள்மீது திணிப்பவர்கள்.

நீங்கள் எங்கே தவறிழைத்துக் கொண்டிருக்கிறீர்கள் என்பதை நீங்கள் பார்க்க உங்களுக்கு உதவுபவர்கள்தாம் உங்களுடைய சொந்த நம்பிக்கைகளை உருவாக்கிக் கொள்ள உங்களை ஊக்குவிக்கின்றனர்.

சிலர் திணிக்கின்றனர். மற்றவர்கள் காட்டுகின்றனர்.

சிலர் இடிக்கின்றனர். மற்றவர்கள் உங்களுக்கு விழிப்பூட்டுகின்றனர்.

நீங்கள் எவ்விதத்தில் தவறானவராக இருக்கிறீர்கள் என்று சிலர் உங்களுக்குக் காட்டுகின்றனர். மற்றவர்கள், எவ்வாறு சரியானவராக இருப்பது என்பதை உங்களுக்குக் கற்றுக் கொடுக்கின்றனர்.

அன்பைக் கண்டுபிடிப்பதற்கு முயற்சி தேவைப்படுகிறது.

மனநிறைவை உணர்வதற்கு முயற்சி தேவைப்படுகிறது.

உடலைக் கட்டுக்கோப்பாக வைத்திருப்பதற்கு முயற்சி தேவைப்படுகிறது.

மகிழ்ச்சியாக இருப்பதற்கு முயற்சி தேவைப்படுகிறது.

அதனால்தான், நம்மில் பெரும்பாலானோருக்கு, வாழ்வில் அன்பும் மனநிறைவும் மகிழ்ச்சியும் ஆரோக்கியமும் இல்லை.

. . .

நாம் எத்தகைய அன்புக்குத் தகுதியானவர் என்று நாம் நினைக்கிறோமோ, அத்தகைய அன்பை நாம் ஏற்றுக் கொள்கிறோம்.

அன்பு எதிர்பாராமல் நிகழ்வது.

அன்புக்கு நாம் தகுதியானவர்கள் அல்லர் என்று நாம் நினைத்தால், ஆழ்மனரீதியாக நாம் அன்பை மறுத்துவிடுவோம்.

அன்புக்கு நாம் தகுதியானவர்கள்தாம் என்று நாம் உண்மையிலேயே நினைத்தால், சிறிய பாராட்டுகளைக்கூட நாம் நயமாகவும் பண்போடும் ஏற்றுக் கொள்வோம்.

அன்புக்குத் தாங்கள் தகுதியானவர்கள் என்று நம்புகின்றவர்கள்தாம் அதிகமாக நேசிக்கப்படுகின்றனர்.

நாம் ஒருவரையொருவர் புரிந்து கொண்டால் போதும், நாம் ஒருவரோடொருவர் உடன்பட வேண்டியதில்லை.

ஒரு சிறந்த உறவில், இருவரும் எல்லா விஷயங்களிலும் ஒத்துப் போக வேண்டிய அவசியமில்லை.

ஒரு சிறந்த உறவில், தங்களுக்கிடையேயான வேறுபாடுகளையும் கடந்து இருவரும் ஒருவரையொருவர் ஏற்றுக் கொள்கின்றனர்.

உறவுகளில் நாம் ஆதிக்கம் செலுத்த விரும்பினால், ஒட்டுமொத்த நோக்கத்தை நாம் தவறவிட்டுவிடுகிறோம்.

நம்முடைய வேறுபாடுகளை நாம் மதிக்கும்போது, மக்களை உள்ளது உள்ளபடியே நாம் நேசிப்போம்.

உங்களுடைய வாழ்க்கையை நீங்கள் யாருடன் செலவிட விரும்புகிறீர்கள் என்பது உங்கள் வாழ்வில் நீங்கள் மேற்கொள்ளக்கூடிய மிகப் பெரிய தீர்மானங்களில் ஒன்றாகும்.

அதை லேசாக எடுத்துக் கொண்டுவிடாதீர்கள்.

நீங்கள் தேர்ந்தெடுக்கின்ற வாழ்க்கைத்துணைவர்தான் உங்களுடைய ஓய்வு நேரத்தையும், வேலையையும், நிதியையும், மிக முக்கியமாக, உங்கள் மகிழ்ச்சியையும் தீர்மானிப்பார்.

இந்த ஒரு தீர்மானத்தை உங்களால் அவ்வளவு சுலபமாக மாற்றிவிட முடியாது. அது வேதனைகரமானதாக இருக்கும்.

இந்த ஒரு தீர்மானம் உங்களுடைய மற்ற அனைத்துத் தீர்மானங்கள்மீதும் தாக்கம் ஏற்படுத்தும்.

இந்த ஒரு தீர்மானம், தினமும் உங்களைப் பெருமிதம் கொள்ளச் செய்யும் அல்லது உங்கள் குரல்வளையை நெரிக்கும்.

உங்களுடைய பெற்றோர்கள் முதலில் மனிதர்கள், பிறகுதான் பெற்றோர்கள்.

அப்படியானால், அவர்களும் தவறுகள் செய்யக்கூடும்.

அவர்களும் நச்சுத்தன்மை கொண்டவர்களாக இருக்கக்கூடும்.

அவர்களும் நியாயமின்றி நடந்து கொள்ளக்கூடும்.

அவர்களிடம் இக்குறைகள் இருப்பது சாத்தியம்தான்.

பணத்திற்கு நீங்கள் உங்கள் பெற்றோரைச் சார்ந்திருக்கும்வரை, நீங்கள் அவர்களுக்குப் பதில் சொல்லியாக வேண்டும்.

நீங்கள் அவர்களிடமிருந்து சுதந்திரமாக இருக்க விரும்பினால், பெற்றோர் என்ற முறையில் நீங்கள் அவர்களை மதித்தாலும், உங்களுடைய பொருளாதாரச் சுதந்திரத்தை உருவாக்கிக் கொள்ளுங்கள்.

"உள்ளூர நான் என்ன கொந்தளிப்புகளை அனுபவித்துக் கொண்டிருக்கிறேன் என்பதை நீங்கள் ஒருபோதும் அறிய மாட்டீர்கள்," என்று யாரேனும் கூறும்போது, வாழ்வின் மிக அடிப்படையான உண்மையை அவர்கள் உங்களிடம் சொல்லிக் கொண்டிருக்கிறார்கள் என்பதை உங்களுக்கு நீங்களே நினைவூட்டிக் கொள்ளுங்கள்.

நாம் ஒருபோதும் அறிய மாட்டோம்!

அடுத்தவர் என்ன துன்பங்களை அனுபவித்துக் கொண்டிருக்கிறார் என்பதை நம்மால் ஒருபோதும் புரிந்து கொள்ள முடியாது.

இது நமக்கு வேதனையூட்டும், குறிப்பாக, அந்நபர் நம்முடைய அன்புக்குரியவராக இருக்கும் பட்சத்தில்.

ஆனாலும், உண்மையான அன்பு சில சமயங்களில், உங்களுக்குப் புரியவில்லை என்பதை நீங்கள் புரிந்திருப்பது என்று அர்த்தமாகும்.

நீங்கள் வெற்றி பெறும்போது உங்களுக்காக உண்மையிலேயே மகிழ்ச்சி கொள்கின்றவர்கள்தாம் உங்களுடைய உண்மையான நண்பர்கள்.

நீங்கள் மற்றவர்களுக்கு அந்த உண்மையான நண்பராக இருங்கள்.

நாம் கஷ்டப்படுகின்ற நேரத்தில் நமக்குத் துணையாக இருப்பவர்கள்தாம் உண்மையான நண்பர்கள் என்றும் பெரும்பாலான மக்கள் கூறுகின்றனர்.

அது தவறு என்று நான் நினைக்கிறேன்.

நம்முடைய கடினமான காலகட்டங்களில் யார் வேண்டுமானாலும் நம்முடன் இருக்கலாம். ஆனால், நாம் சாதித்துள்ள விஷயங்கள் குறித்து ஒருபோதும் பொறாமை கொள்ளாமல், நமக்காகக் குதூகலமாகக் கொண்டாடுகின்ற நண்பர்கள் நமக்கு வாய்க்க வேண்டும் என்றுதான் நாம் உண்மையிலேயே விரும்புகிறோம்.

ஆனால், அத்தகைய நண்பர்கள் அரிதாகவே உள்ளனர்.

பெரும்பாலானோர் தனிப்பட்டக் குழுக்களில் நம்மைப் பற்றி வம்பு பேசுகின்றனர், அல்லது நம்முடைய சாதனைகள் குறித்து அவர்கள் உண்மையிலேயே மகிழ்ச்சியற்று இருக்கின்றனர்.

ஆனால் நமக்காக மகிழ்கின்ற ஒரு நண்பர் நமக்கு இருந்தால் நன்றாக இருக்கும் என்று நாம் எல்லோருமே விரும்புகிறோம்.

நாம் அத்தகைய ஒருவராக ஆனால் என்ன?

நீங்கள் பெற விரும்புகின்ற ஒன்றை நீங்கள் பிறருக்குக் கொடுக்கும்போது, அந்த விருப்பம் இனியும் உங்களுக்கு இருப்பதில்லை.

பதிலுக்கு எதையோ எதிர்பார்ப்பதால்
நீங்கள் ஒன்றைப் பகிர்ந்து கொண்டால்,
அது பகிர்தல் ஆகாது.

அது ஒரு பரிவர்த்தனையாகும்!

எந்த விதத்திலும் உங்களுக்குப் பொருந்தாத ஒருவரிடமிருந்து நீங்கள் விலகி இருக்க விரும்பினாலும், உங்களுக்கு அவர்மீது அக்கறை இல்லை என்று அர்த்தமாகாது.

அவர்களுடனான உங்கள் உறவைவிட, உங்களுடனான உங்கள் உறவின்மீது நீங்கள் அதிக அக்கறை கொண்டிருக்கிறீர்கள் என்று அது அர்த்தமாகும்.

நாம் பாதைகளை மாற்றிக் கொள்கிறோம்.
சில அப்படிச் செய்வதில்லை.

நாம் விட்டுத்தள்ளக் கற்றுக் கொள்கிறோம்.
சிலர் அப்படி விடுவதில்லை.

நாம் அதிக நேர்மையாளராக வளர்கிறோம்.
சிலர் அப்படி வளர்வதில்லை.

ஒருவருடன் இனியும் உங்களுக்கு ஒத்துப் போகாமல் இருப்பதில் எந்தத் தவறும் இல்லை.
உணர்ச்சிரீதியாக ஒருவரிடமிருந்து விலகி இருப்பதில் எந்தத் தவறும் இல்லை.
அவர்கள் தங்களுடைய வளர்ச்சியை மதிக்காதபோது, நீங்கள் உங்களுடைய வளர்ச்சியை மதிப்பதில் எந்தத் தவறும் இல்லை.

அவர்கள்மீது உங்களுக்கு அக்கறை இல்லை என்று அர்த்தமில்லை.

நீங்கள் உங்கள்மீது அக்கறை கொண்டாலொழிய, அடுத்தவரிடம் உங்களால் அக்கறை காட்ட முடியாது என்று அர்த்தம்.

உங்களுடைய ஆற்றலை உறிஞ்சுகின்ற உறவுகளிடமிருந்து விலகி இருங்கள்.

அந்த உறவுகள் உங்களிடமிருந்து பெறுமே தவிர, உங்களுக்கு எதையும் கொடுக்காது.

உங்களால் ஓரளவுதான் கொடுக்க முடியும்.

மற்றவர்களை நாம் எவ்வாறு நடத்துகிறோம் என்பது நம்மை நாம் எவ்வாறு நடத்துகிறோம் என்பதன் ஒரு பிரதிபலிப்பாகும்.

வஞ்சகமான, வேதனையூட்டுகின்ற, இனவெறி கொண்ட, குருட்டுப் பிடிவாதம் கொண்ட ஒருவரால் தன்னைத் தானே நேசிக்க முடியாது.

நாம் மிகவும் மனம் தளர்ந்து போயிருப்பதால், நாம் மற்றவர்களையும் கீழே இழுக்க முயற்சிக்கிறோம்.

நம்மை நாம் மதிக்காததால், மற்றவர்களை நாம் பரிகசிக்கிறோம்.

நாம் ஆழமாகக் காயப்பட்டிருப்பதால், அடுத்தவர்களைக் காயப்படுத்துவதில் நமக்கு எந்தப் பிரச்சனையும் இருப்பதில்லை.

நாம் அதை ஒப்புக் கொள்ள விரும்பாமல் இருக்கக்கூடும்.

மனத்தளவில் ஆழமாகக் காயப்பட்டுள்ள மக்களிடம் மன அமைதி அரிதாகவே காணப்படுகிறது.

ஆனால், உண்மையிலேயே மகிழ்ச்சியும் மனநிறைவும் கொண்ட மக்கள், ஒருபோதும் அடுத்தவர்கள் தங்களைப் பற்றி மோசமாக உணரும்படி செய்வதில்லை.

அக உலகம்தான் புற உலகத்தை இயக்குகிறது.

நாம் எந்த ஐந்து பேருடன் மிக அதிக நேரம் செலவிடுகிறோமோ, அவர்களுடைய சராசரிதான் நாம்.

நாம் எந்த ஐந்து எண்ணங்களுடன் மிக அதிக நேரம் செலவிடுகிறோமோ, அவற்றின் சராசரிதான் நாம்.

அந்த எண்ணங்கள் நம்முடைய வாழ்வில் உள்ள மக்களிடமிருந்து வர வேண்டியதில்லை.

சமூக ஊடகங்களில் நாம் பின்தொடர்கின்ற மக்கள், நாம் படிக்கின்ற புத்தகங்கள், நாம் கேட்கின்ற பாட்காஸ்டுகள், மற்றும் பிறவற்றிலிருந்து அந்த எண்ணங்கள் வருகின்றன.

நாம் இனியும் மக்களுடன் இருப்பதில்லை.

நாம் யோசனைகளுடனும் எண்ணங்களுடனும் அடையாளங்களுடனும் இருக்கிறோம்.

புத்திசாலித்தனமாகத் தேர்ந்தெடுங்கள்.

என்னுடைய பெற்றோரிடமிருந்து நான் கற்றுக் கொண்ட பாடங்கள்

என் தந்தை ஒரு விற்பனைப் பிரதிநிதியாக ஓர் இளம் நிறுவனத்தில் சேர்ந்தார். ஓராண்டுக்குள் இன்னொரு நிறுவனத்திலிருந்து அவருக்கு ஓர் அழைப்பு வந்தது. இரண்டு மடங்கு அதிகச் சம்பளமும் ஒரு காரும் அவருக்குக் கொடுக்கப்பட்டன. 1985 ஆம் ஆண்டில் அது ஒரு பெரிய விஷயம்.

என் தந்தை அதை ஏற்றுக் கொண்டார்.

இரண்டு ஆண்டுகளில் அந்நிறுவனம் இழுத்து மூடப்பட்டது.

அவர் முதலில் எந்த நிறுவனத்திலிருந்து விலகினாரோ, அது ஒரு மாபெரும் நிறுவனமாக உருவெடுத்திருந்தது. ரேன்பேக்ஸி நிறுவனம்தான் அது.

ஓராண்டுகாலம் என் தந்தைக்கு எந்தவொரு வேலையும் கிடைக்கவில்லை.

நாங்கள் எல்லோரும் ஒரு குடும்பமாக ஒன்றாக உட்கார்ந்து, பால்பேனாக்களில் மை நிரப்பியது எனக்கு நினைவிருக்கிறது. நிரப்பப்பட்ட ஒவ்வொரு நூறு பேனாக்களுக்கு அவருக்குப் பணம் கொடுக்கப்பட்டது.

என் அம்மாவும் அப்பாவும் தினமும் ஒரு வேளை மட்டும் சாப்பிட்ட நாட்கள் எனக்கு நினைவிருக்கின்றன.

ஆனால் என் சகோதரியும் நானும் நல்ல பள்ளிக்கூடங்களில் படித்தோம்.

எங்களிடம் பணம் இல்லை என்பதை நாங்கள் அறிந்திருந்தோம், ஆனால் அந்த உணர்வு எங்களுக்கு ஏற்பட எங்கள் பெற்றோர் இடம் கொடுக்கவில்லை.

எங்கள் தந்தை ஒரு துணிகர முயற்சியில் இறங்கினார், ஆனால் அது வேலை செய்யவில்லை.

அதிலிருந்து அவரால் ஒருபோதும் மீள முடியவில்லை.

ஆனால் தேவைப்பட்டால் அவர் நிச்சயமாக இன்னொரு துணிகர முயற்சியில் இறங்குவார்.

பாடம்:

துணிச்சலும் தோல்வியும் ஒரு மனநிலையாகும்.

எந்த பயமும் இருக்கக்கூடாது.

எந்தப் பின்வருத்தமும் இருக்கக்கூடாது.

பெரும் பச்சாதாப உணர்வு கொண்டவர்களில் என் தாயும் ஒருவர்.

அடுத்தவருடைய உணர்வுகளைப் புரிந்து கொள்வதில் வல்லவர் அவர். அதுதான் அவருடைய மிகப் பெரிய சக்தி.

என் மனத்தில் ஏதேனும் முரண்பாடு இருந்தாலோ அல்லது நான் யார்மீதேனும் கோபமாக இருந்தாலோ, அவர் எப்போதும்

என்னிடம், "அந்நபர் என்ன சிந்தித்துக் கொண்டிருப்பார்?" என்று என்னிடம் கேட்பார்.

பாடம்:

"நான் எவ்வாறு உணர்கிறேன்?" என்று கேட்பது எவ்வளவு முக்கியமோ, "அவர்கள் என்ன நினைத்துக் கொண்டிருப்பார்கள்?" என்று கேட்பது அவ்வளவு முக்கியமாகும்.

என் தந்தை தன்னுடைய ஒட்டுமொத்தத் தொழில்வாழ்க்கை நெடுகிலும் போராட வேண்டியிருந்தது. அவருடைய துணிகர முயற்சிகள் பலனளிக்கவில்லை.
நாங்கள் நிரந்தரக் கடனில் இருந்தோம். பொருளாதாரரீதியாகச் சில மிகக் கடினமான சூழ்நிலைகளை நாங்கள் எதிர்கொண்டோம்.

ஆனால் மாறாத ஒரே விஷயம் அவருடைய தொடர்ச்சியான கடின உழைப்பு.

எது அவரை உந்தித் தள்ளியது என்று நான் எப்போதும் வியந்தேன்.

பாடம்:

தினமும் வேலைக்கு வருவதும், பொறுப்புகளை ஏற்றுக் கொள்வதும், உறவுகளைப் பேணுவதும்தான் வாழ்வில் வேறு எதுவொன்றையும்விட மிக முக்கியமானது.

நான் ஏதேனும் விருது பெற்றாலோ அல்லது புகழத்தக்க ஏதேனும் செய்தாலோ, என் தாயார் மகிழ்ச்சியடைவார். ஆனால்,

அவர் உடனடியாகத் தனக்குப் பிரியமான ஆசீர்வாதத்தை எனக்கு வழங்குவார்: "கடவுள் உன்னை எப்போதும் பணிவு கொண்டவனாக வைத்திருக்கட்டும்!"

பாடம்:

நீங்கள் எங்கிருந்து வந்துள்ளீர்கள் என்பதை ஒருபோதும் மறக்காதீர்கள்.

ஒரு குடும்ப விழா, ஒரு திருமண நிகழ்ச்சி, அல்லது ஒரு சாதாரண விருந்து என்று எதுவாக இருந்தாலும் சரி, என் தந்தை, காஷ்மீரப் பாடல்கள் அடங்கிய தன்னுடைய புத்தகத்தை எப்போதும் தன்னுடன் கொண்டுவருவார்.

தன்னை யாரேனும் பாடச் சொன்னால் தான் தயாராக இருக்க வேண்டும் என்பதற்காக! தான் நன்றாகப் பாடுவதாக அவர் நம்புகிறார் (அது உண்மை). எனவே, மக்கள் ஏன் தன்னைப் பாடச் சொல்லிக் கேட்பதில்லை என்று அவருக்கு ஒரே குழப்பமாக இருக்கிறது :)

பாடம்:

நீங்கள் உங்கள்மீது நம்பிக்கை கொள்ளவில்லை என்றால், வேறு யாரும் உங்கள்மீது நம்பிக்கை கொள்ள மாட்டார்கள்.

நான் என்னுடைய முனைவர் படிப்பைப் பாதியிலேயே கைவிட்டுவிட்டு இந்தியாவுக்குத் திரும்பி வந்தேன். 24 வயதில் என்னிடம் எந்தத் திட்டமும், எந்த இலக்கும், எந்தத்

திசையும், எந்தப் பணமும் இருக்கவில்லை. என் பெற்றோர் என் நிலை குறித்து மகிழ்ச்சியற்று இருந்தனர். ஆனால் அதை அவர்கள் மறைக்கத் தங்களால் முடிந்த அளவு முயன்றனர்.

ஒரு நாள், நான் பல் துலக்கிக் கொண்டிருந்தபோது என் தாயார் என்னிடம் வந்து, தர்மசங்கடத்துடன், "நீ கலெக்டர் படிப்பிற்கு முயற்சி செய்தால் என்ன? நீ ஒரு நல்ல கலெக்டராக இருப்பாய் என்று எனக்குத் தோன்றுகிறது," என்று கூறினார்.

நான் கருத்தில் கொள்வதற்கு அவர் முன்வைத்த ஒரு கோரிக்கை அது.

நான் பணிவோடு அதை மறுத்துவிட்டேன், ஆனால் தங்கள் குழந்தைகளிடம் 'கோரிக்கை' வைக்கின்ற பெற்றோர் எனக்கு வாய்த்திருந்தது எனக்குக் கிடைத்துள்ள ஆசீர்வாதம்தான்.

பாடம்:

பட்டம், பதவி, வயது, அல்லது அனுபவத்திலிருந்து மரியாதை வருவதில்லை.

அது நடத்தையிலிருந்து வருகிறது.

இக்கட்டான சூழ்நிலைகளில் தலையிட்டு, நிலைமையை வெற்றிகரமாகச் சமாளிப்பது என் தந்தைக்குக் கை வந்த கலை. அத்தகைய தருணங்கள் எண்ணிலடங்காதவை.

"திருமணத்திற்கு விருந்தினர்கள் வந்துவிட்டார்கள், சாப்பாடு இன்னும் தயாராகவில்லையே?" போன்ற சிறிய விஷயங்களில் தொடங்கி, "இவன் அமெரிக்கா

போவதற்குப் பயணச்சீட்டு வாங்குவதற்கு நாம் பணத்திற்கு எங்கிருந்து ஏற்பாடு செய்வது?" போன்ற தீவிர விஷயங்கள்வரை அவர் எல்லாவற்றையும் கையாண்டார்.

பாடம்:

எல்லோரும் உங்களைக் கைவிடும்போது, உங்களுக்கு நீங்கள் இருக்கிறீர்கள்.

என் தாயார் எல்லா விஷயத்திலும் கச்சிதமானவர். ஆனால், கச்சிதத்திற்கு அவர் வைத்திருக்கின்ற வரையறை மிகவும் சுவாரசியமானது, உத்வேகமூட்டுவது.

நீங்கள் செய்கின்ற ஒரு காரியத்தைப் பார்த்துவிட்டு, நீங்கள் இதை எப்படித்தான் செய்தீர்களோ என்று மற்றவர்கள் தங்கள் மூக்கின் மேல் விரல் வைக்கும் அளவுக்கு அதை அருமையாகச் செய்வதுதான் கச்சிதம்.

ஆனால் உங்களுக்கு அது ஒரு பெரிய விஷயமல்ல.

அது ஒரு பழக்கம்.

அது உங்களுக்கு இயல்பாக வருகிறது.

பாடம்:

கச்சிதம் தனிப்பட்டது.

அதுதான் மற்றவர்களை வியக்க வைக்கிறது.

ஆனால் உங்களைப் பொறுத்தவரை, உங்களுக்குத் தெரிந்த ஒரே வழி அதுதான்!

என் பெற்றோர் இருவரும் ஸ்ரீநகரைச் சேர்ந்தவர்கள். அவர்கள் மிகச் சாதாரணமான குடும்பங்களில் அங்கு வளர்ந்தனர்.

அவர்கள் எந்த உயர்தரப் பள்ளிக்கூடத்திற்கும் போகவில்லை.

வாழ்வில் வெற்றி பெற அவர்களுக்கு எந்த அனுகூலமும் இருக்கவில்லை.

அவர்கள் தங்களுடைய தலைமுறையினரைப்போலவே மிகவும் கடினமாக உழைத்து முன்னேறினர்.

என்னுடைய சகோதரிக்கும் எனக்கும் தங்களால் முடிந்த அனைத்து வசதிகளையும் அவர்கள் செய்து கொடுத்ததை நினைத்துப் பார்க்கும்போது என் மனம் நெகிழ்கிறது.

நாங்கள் நல்ல பள்ளிக்கூடங்களில் படித்தோம், எங்கள் வாழ்க்கையை வாழ்வதற்கான சுதந்திரம் எங்களுக்கு வழங்கப்பட்டது, எங்கள் பெற்றோர் எங்களை மிகவும் நேசித்தனர், எங்களை அக்கறையோடு கவனித்துக் கொண்டனர்.

நாங்கள் இன்று இந்த நல்ல நிலைமையில் இருப்பதற்கு அவர்களுடைய வளர்ப்புதான் காரணம் என்பதில் எனக்கு எந்த சந்தேகமும் இல்லை.

நாங்கள் பல சமயங்களில் பணமின்றி வாழ்ந்தோம், ஆனால் எப்போதும் மகிழ்ச்சியாக இருப்பதை நாங்கள் உறுதி செய்து கொண்டோம்.

ஒரு குக்கர் நிறையப் பட்டாணிச் சோற்றை எடுத்துக் கொண்டு, நாங்கள் நால்வரும் எங்களுடைய பஜாஜ் ஸ்கூட்டரில் 'இந்திய வாயிலுக்குச்' சென்று, ஒரு விரிப்பைத் தரைமீது விரித்து, அந்தப் பட்டாணிச் சோற்றைத் தட்டுகளில் வைத்துச் சாப்பிட்டது எனக்கு நினைவிருக்கிறது.

அங்கிருந்து புறப்படுவதற்கு முன், ஐந்து ரூபாய் விலை கொண்ட குவாலிட்டி ஐஸ்கிரீம் வாங்கி நாங்கள் சாப்பிட்டோம்.

மகிழ்ச்சியை நாடிச் செல்வதற்கான துணிச்சல் எனக்கு அங்கிருந்துதான் வந்திருக்க வேண்டும் என்பது என் ஊகம்.
பணம் இல்லாத வாழ்க்கை எப்படி இருக்கும் என்பதை நான் அறிவேன்.

ஆனால் மகிழ்ச்சியற்ற வாழ்க்கை எப்படி இருக்கும் என்பது எனக்குத் தெரியாது.

இன்று, என் பெற்றோருக்குத் தேவையான அனைத்துப் பணத்தையும் அவர்களுக்குக் கொடுப்பது என்னுடைய முக்கிய இலக்குகளில் ஒன்றாகும்.

அவர்கள் அதைத் தங்கள் விருப்பம்போலச் செலவிடலாம்.

மகிழ்ச்சியாக இருப்பது என்றால் என்ன என்பதை அவர்கள் ஏற்கெனவே அறிவர் :)

என் குழந்தைகளுக்கு நான் ஒருபோதும் எழுதாத, ஆனால் எழுதியிருக்க வேண்டிய கடிதங்கள்:

அன்புள்ள விதுர்

நீ கார்ட்டூன் பார்க்கின்ற ஒவ்வொரு முறையும், ஏதோ நியாயமில்லை என்பதுபோல உனக்குத் தோன்றுகின்ற காட்சிகளைக் கண்டு நீ அழும்போது, அந்த உணர்வை நீ ஒருபோதும் மறக்கக்கூடாது என்று நான் பிரார்த்திக்கிறேன். அநியாயம் என்பதற்கான உன்னுடைய வரையறை இன்றுபோலவே என்றும் தூய்மையானதாக இருக்கும் என்று நான் நம்புகிறேன்.

அன்புடன்

...

அன்புள்ள உஸ்மா

நீ எங்களுக்குத் தேவை என்று நான் நினைக்கவில்லை. நீ ஓர் ஆண்குழந்தையாகப் பிறந்துவிடுவாயோ என்று நான் கவலைப்பட்டேன் (இரண்டு ஆண்குழந்தைகள் – அம்மாடி!) உன்னுடன் செலவழிக்க எனக்கு நேரம் இருக்காதோ என்று நான் கவலைப்பட்டேன்.

நீ எங்களுடைய உலகிற்குள் வந்தது குறித்து நான் உண்மையிலேயே மகிழ்ச்சி கொள்கிறேன்.

நீ என்னை நிறைவு செய்கிறாய்.

அன்புடன்

...

அன்புள்ள விதுர்

உனக்கு ஐந்து வயதாக இருந்தபோது ஒரு சைக்கிள் வேண்டும் என்று நீ மிகவும் விரும்பினாய். ஆனால் அது எங்களுக்குக் கட்டுப்படியாகவில்லை. ஆனாலும் நாங்கள் எப்படியோ சமாளித்து ஒரு சைக்கிளை வாங்கினோம். நீ அதைப் பார்த்தபோது, நீ அழுதுவிட்டாய்.

எனவே, நாங்கள் உன்னிடம், "எங்களிடமிருந்து உனக்குக் கிடைத்த மிகச் சிறந்த பரிசு எது?" என்று கேட்டபோது, நீ அந்த சைக்கிளைக் குறிப்பிடுவாய் என்று நாங்கள் எதிர்பார்த்தோம்.

ஆனால் நீ, "உஸ்மா," என்று பதிலளித்தாய்.

நீ விலைமதிக்கப்பட முடியாத ஒரு பொக்கிஷம்!

அன்புடன்

. . .

அன்புள்ள உஸ்மா

நீ கண்ணாடி முன்னால் நின்று கவலையின்றி ஆடிப் பாடுகின்ற ஒவ்வொரு முறையும், வாழ்க்கை எவ்வளவு அற்புதமானது என்பதை நீ எனக்கு நினைவுபடுத்துகிறாய்.

ஒரு விஷயம் தெரியுமா?

இப்போது நானும் கண்ணாடி முன்னால் நின்று அதைத்தான் செய்கிறேன்.

அன்புடன்

. . .

அன்புள்ள விதுர்

சன்னலருகே நின்று கொண்டு, மழைத்துளிகள் உன்மீது படுவதை நீ இரசித்து அனுபவிக்க விரும்பியபோது, நாங்கள் உன்னைக் கட்டாயப்படுத்தித் தூங்க வைத்தோம்.

எனவே, நீ தூங்குவதுபோலப் பாசாங்கு செய்தாய்.

நாங்கள் உன் அறையைவிட்டு வெளியேறியவுடன், நீ சன்னலுக்குப் பக்கத்தில் நின்று மழைத்துளிகள் உன்மீது விழுந்ததை இரசித்து மகிழ்ந்தாய்.
நீ சரியான காரியத்தைத்தான் செய்தாய்.

அன்புடன்

. . .

அன்புள்ள உஸ்மா,

உருது மொழியில் உன் பெயரின் அர்த்தம் ‘தலைசிறந்தவள்’ என்பதாகும்.

ஆனால் நீ உன்னை அழுத்தத்திற்கு உட்படுத்திக் கொள்ள வேண்டாம்! :)

அன்புடன்

. . .

அன்புள்ள விதுர்

இந்தியில் உன்னுடைய பெயரின் அர்த்தம் 'அறிவார்ந்தவன்' என்பதாகும்.

ஆனால் நீ உன்னை அழுத்தத்திற்கு உட்படுத்திக் கொள்ள வேண்டாம்! :)

அன்புடன்

. . .

அன்புள்ள உஸ்மா,

நீ என்ன ஆடை அணியப் போகிறாய் என்று தேர்ந்தெடுப்பதுதான் உன்னுடைய நாளின் முக்கிய நிகழ்வு. உன் வாழ்க்கை அதைச் சார்ந்துள்ளது என்பதுபோல நீ இதயபூர்வமாகவும் மனப்பூர்வமாகவும் ஆன்மபூர்வமாகவும் உன்னை அதற்கு அர்ப்பணித்துக் கொள்கிறாய். நீ தேர்ந்தெடுத்து முடித்தவுடன், அது குறித்து நீ பெருமிதம் கொள்கிறாய்.

நீ என்றென்றும் இதே விதத்தில் வாழ வேண்டும்!

அன்புடன்

. . .

அன்புள்ள விதுர்

அமேசானிலிருந்து பொருட்கள் வரும்போது நீ உற்சாகமடைவதை நான் மிகவும் இரசிக்கிறேன். உன்னைப் பொறுத்தவரை, வைத்து

விளையாடுவதற்கு இன்னோர் அட்டைப்பெட்டி அது. ரோபாட்டுகள், சமையலறைச் சாதனங்கள், விளையாட்டுப் பொருட்கள் என்று நீ உருவாக்குபவற்றை நான் மிகவும் விரும்புகிறேன்.

நீ பொருட்களைப் பார்க்கிறாய்.

நீ இதேபோலத் தொடர வேண்டும் என்று நான் பிரார்த்திக்கிறேன்.

அன்புடன்

. . .

அன்புள்ள உஸ்மா

நீயும் நானும் சேர்ந்து உன்னுடைய விளையாட்டுப் பொருட்களை எடுத்து அடுக்கி வைப்பதுதான் என்னுடைய நாளின் மிகச் சிறந்த பகுதி.

நீ அதை ஆவலோடு எதிர்பார்க்கிறாய். அலங்கோலத்தைச் சீர்செய்தல். பொருட்களை அதனதன் இடத்தில் வைத்தல்.

தொடர்ந்து இதைச் செய். இது உன்னுடைய அலங்கோலம். அதை நீ சரி செய். அதைச் செய்வது குறித்து மகிழ்ச்சி கொள்.

அன்புடன்

. . .

அன்புள்ள விதுர்

உஸ்மாவுக்கு எரிச்சல் ஏற்படுத்துவது உனக்கு மிகவும் பிரிக்கும். நீ அவளை பயமுறுத்துகிறாய், திட்டுகிறாய், அடிக்கவும் செய்கிறாய்.

பிறகு அவளிடம் மன்னிப்புக் கேட்கிறாய். அவள் அழுதால் நீ அழுகிறாய். அவளுக்கு ஆறுதல் கூறுவதற்காக நீ அவளுக்குப் புத்தகங்கள் வாசிக்கிறாய்.

நீ செய்வதைப் பார்ப்பது மற்றவர்களுக்கு எப்போது பிடிக்கும், எப்போது பிடிக்காது என்பதைப் பார்ப்பதற்கான ஆற்றல் உனக்கு இருக்கிறது.

அதை மாற்றிவிடாதே.

அன்புடன்

. . .

அன்புள்ள உஸ்மா

நீ உன்னை ஒரு வளர்ந்த பெண்போல வெளிப்படுத்துகிறாய். உனக்கு எது பிடிக்கும், எது பிடிக்காது; எது வேண்டும், எது வேண்டாம்; எது உனக்கு மகிழ்ச்சியளிக்கும், எது மகிழ்ச்சியளிக்காது ஆகிய அனைத்தையும் நீ அழகாகக் காட்டிவிடுகிறாய்.

நீ உன்னை நன்றாகத் தெரிந்து வைத்திருப்பதுபோலத் தோன்றுகிறாய்.

அது ஒரு பரிசு. எப்போதும் அதைத் தக்கவைத்துக் கொள்.

அன்புடன்

. . .

அன்புள்ள விதுர்

வெற்றி மற்றும் தோல்விக்கான தன்னுடைய வரையறையை உலகம் தொடர்ந்து உன்மீது திணிக்கும். நாங்களும் அவ்வாறு செய்துள்ளோம் என்பதை நான் ஒப்புக் கொள்கிறேன்.

வெற்றியையும் தோல்வியையும் உன் விருப்பம்போல வரையறுத்துக் கொள்.

உன் சொந்த வாழ்க்கையை வாழ்ந்து கொள். இன்னொருவருடைய வாழ்க்கையை வாழாதே.

அன்புடன்

. . .

அன்புள்ள உஸ்மா

வெற்றி மற்றும் தோல்விக்கான தன்னுடைய வரையறையை உலகம் தொடர்ந்து உன்மீது திணிக்கும். நாங்களும் அவ்வாறு செய்துள்ளோம் என்பதை நான் ஒப்புக் கொள்கிறேன்.

வெற்றியையும் தோல்வியையும் உன் விருப்பம்போல வரையறுத்துக் கொள்.

உன் சொந்த வாழ்க்கையை வாழ்ந்து கொள்.

இன்னொருவருடைய வாழ்க்கையை வாழாதே.

அன்புடன்

. . .

அன்புள்ள விதுர்

நம்முடைய பணம், ஐஸ்கிரீம், பிஸ்கெட் போன்றவை தெருவிலுள்ள குழந்தைகளிடம் இல்லாததால் அவர்களுடன் அவற்றைப் பகிர்ந்து கொள்ளலாமா என்று நீ என்னிடம் கேட்கின்ற ஒவ்வொரு முறையும், நாம் எல்லோரும் இதற்கு முன்பு எந்த நிலையில் இருந்தோம் என்பதை நீ நினைவுபடுத்துகிறாய்.

நீ எப்போதும் நல்ல நிலையில் இருக்க வேண்டும்.

அன்புடன்

. . .

அன்புள்ள உஸ்மா

உனக்குப் படிக்கத் தெரியாது என்றாலும் உனக்கு நீயே புத்தகம் வாசிக்கும்போது, நாங்கள் வாசித்தால் எவ்வளவு இரசிப்பாயோ அதே அளவு இரசிக்கிறாய்.

சில சமயங்களில் கூடுதலாகவே இரசிக்கிறாய். உன் தலையிலுள்ள கதைதான் மிக முக்கியமான கதை. எப்போதும் அதை நினைவில் கொள்.

அன்புடன்

. . .

அன்புள்ள விதுர்

ஒரு நேரத்தில் நீ ஒரு இராணுவ வீரனாக ஆக விரும்பினாய். பிறகு ஒரு வாயிற்காப்போனாகவும், அதன் பிறகு ஒரு ரோபாட்டாகவும், பின்னர் ஓர் ஓவியராகவும் ஆக விரும்பினாய்.

உனக்கு ஒரு விஷயம் தெரியுமா? நீ அவர்கள் 'எல்லோருமாக' ஆக வேண்டும் என்பதே என் விருப்பம். இன்னும் யாராகவெல்லாம் ஆக விரும்புகிறாயோ, அவர்களாகவும் நீ ஆகலாம். வாழ்வில் நாம் ஏன் ஒரே ஒரு வகையான நபராக ஆக வேண்டும்? நமக்கு இருப்பது ஒரே ஒரு வாழ்க்கைதான்!

அன்புடன்

. . .

அன்புள்ள உஸ்மா

நீ விதுரை 'தாதா' என்று அழைக்கிறாய். வங்க மொழியில் சகோதரன் என்றும், இந்தியில் தாத்தா என்றும் அதற்கு அர்த்தம்.

ஆனால் அது இன்னும் உனக்குத் தெரியாது.

உனக்கு விஷயம் தெரியும்போது, கேட்க அது சரியாக இல்லை என்பதற்காக அதை நீ மாற்றாதே. ஏனெனில், நீ அங்கிருந்துதான் வந்திருக்கிறாய். அதை அப்படியே வைத்துக் கொள்.

நீ எங்கிருந்து வந்துள்ளாய் என்பதை ஒருபோதும் மறக்காதே.

அன்புடன்

. . .

அன்புள்ள விதுர்

உன் அம்மாவும் நானும் பணமின்றி வளர்ந்தோம்.

ஆனால் நீ குளிரூட்டப்பட்ட ஒரு பள்ளியில் படிக்கிறாய்.

எனவே, உனக்கு வாய்த்திருக்கும் அனுகூலத்தை உனக்குத் தொடர்ந்து நினைவுபடுத்த வேண்டியது எங்கள் வேலையாகிறது.

நீ இதைச் சம்பாதித்திருக்கவில்லை.

நீ இதைப் பரிசாகப் பெற்றிருக்கிறாய்.

அது குறித்துக் கர்வம் கொள்ளாதே, மாறாக, அது குறித்து நன்றியுணர்வு கொள்.

அன்புடன்

. . .

அன்புள்ள உஸ்மா,

தாதா உனக்குப் பிடித்தமான பாடலை ஒலிக்கவிடுகின்ற ஒவ்வொரு முறையும் நீ அலெக்ஸாவுடன் சேர்ந்து பாடுவதில் ஏதோ ஒரு தனிச் சிறப்பு இருக்கிறது.

நீ ஒரு ராக் இசை நட்சத்திரத்தைப்போல
நடந்து கொள்கிறாய்.

நான் ஒன்று சொல்லட்டுமா?

நீ ஒரு ராக் இசை நட்சத்திரம்தான்!
நீ யார் என்று நீ நினைக்கிறாயோ,
நீ அவள்தான்.

அன்புடன்

. . .

அன்புள்ள விதுர்

உன்னுடைய பரிவு, உன்னுடைய
மரியாதையான இயல்பு, உன்னுடைய
மகிழ்ச்சியான சுபாவம், எதுவொன்றிலும்
உன்னை மூழ்கடித்துக் கொள்வதற்கான
உன்னுடைய திறன் ஆகியவை
விலைமதிக்கப்பட முடியாத
பொக்கிஷங்களாகும்.

நீ எங்களைப் பெருமிதம் கொள்ளச் செய்கிறாய்.

அதை மாற்றாதே!

அன்புடன்

. . .

அன்புள்ள உஸ்மா

உன்னுடைய ஆற்றல், உன்னுடைய குறும்பு,
உன்னுடைய குதூகலம் ஆகியவை எங்களுக்கு

மிகுந்த மகிழ்ச்சியைக் கொண்டுவருகின்றன. உன்னைப் போன்ற ஒரு குழந்தையிடமிருந்து நாங்கள் இவ்வளவு அன்பை அனுபவிப்போம் என்று நான் நினைக்கவில்லை.

நீ எங்களை மிகவும் மகிழ்ச்சிப்படுத்துகிறாய்.

நீ எப்போதும் மகிழ்ச்சியாக இரு.

அன்புடன்

. . .

முடிவுரை

என் வாழ்வில் எண்ணற்றத் தோல்விகளை நான் சந்தித்திருக்கிறேன். நான் அடிக்கடி அவற்றைப் பற்றிப் பேசுகிறேன். அவற்றில் ஏராளமானவற்றை நீங்கள் இப்புத்தகத்தில் படித்திருக்கிறீர்கள்.

இருந்தாலும், இக்கணத்தில் நான் உங்களுடன் ஒன்றைப் பகிர்ந்து கொள்ளப் போகிறேன். அது ஒரு தோல்வி அல்ல. நேரத்துடனான என்னுடைய உறவுதான் அது.

நான் ஒரு குழந்தையாக இருந்த சமயத்திலிருந்தே, நான் என்னுடைய நேரத்தை அளவிட்டு வந்துள்ளது எனக்கு நினைவிருக்கிறது.

நான் ஒவ்வொரு நாளின் ஒவ்வொரு மணிநேரத்திலும் செய்தவற்றை ஒழுங்காகப் பதிவு செய்து வைத்தேன். பள்ளியில் இருந்தபோது ஒரு நோட்டுப்புத்தகத்திலும் வீட்டில் எக்ஸெல் ஷீட்டிலும் நான் பதிவு செய்தேன். இன்று நான் செயலிகளைப் பயன்படுத்துகிறேன்.

இன்றுவரை, நேரத்தை நான் மிக ஆக்ரோஷமாகப் பாதுகாக்கிறேன்.

என் வாழ்வில் உள்ள எல்லாம் என்னுடைய கால அட்டவணையில் இருக்கிறது.

என்னுடைய உடற்பயிற்சிகள்.

என்னுடைய காணொளிப் படப்பிடிப்புகள்.

பிறந்தநாட்கள் மற்றும் திருமண நாட்கள்.

செலுத்தப்பட வேண்டிய கட்டணங்கள், புதுப்பிக்கப்பட வேண்டிய காப்பீடுகள் போன்றவற்றுக்கான நினைவூட்டல்கள். என்னுடைய ஓய்வு நேரத்தைக்கூட நான் திட்டமிடுகிறேன்.

இது என்னைச் சிறைப்படுத்துவதாகப் பெரும்பாலானோர் நினைக்கின்றனர். உண்மையில், இது என்னை விடுவிக்கிறது.

ஏனெனில், நான் நானாக இருப்பதற்கு இது என்னை அனுமதிக்கிறது.

ஆனால், நான் ஏன் இதைப் பற்றி இந்நூலின் இறுதியில் பேசிக் கொண்டிருக்கிறேன்?

ஏனெனில், நீங்கள் எத்தனைத் தோல்விகளை அனுபவித்திருந்தாலும், எத்தனைத் துன்பங்களை அனுபவித்திருந்தாலும், எதிர்பாராத எத்தனைப் புயல்களைச் சமாளித்திருந்தாலும், உங்களின் ஏதோ ஒரு பகுதி ஒரு கொழுகொம்பாக இருந்து, உங்கள் வாழ்வின் ஒவ்வொரு பகுதியிலும் உங்களுக்கு உதவ வருகிறது.

எனக்கு, நேரத்துடனான உறவு அது.

நான் அட்டவணைப்படுத்துகின்ற அனைத்து விஷயங்களையும் என் வாழ்வில் நான் முன்னுரிமைப்படுத்துகிறேன்.

நான் அவற்றை மீண்டும் மீண்டும் செய்கிறேன். ஏனெனில், நான் அவ்வாறு செய்யப் போவதாக எனக்கு நானே வாக்குக் கொடுத்துள்ளேன்.

காலப்போக்கில் அவை என்னுடைய பழக்கங்களாக ஆகியுள்ளன.

அப்பழக்கங்கள் என்னை என்னுடைய பெரிய தோல்விகளிலிருந்து வெளிக் கொணர்ந்து, என்னால் கற்பனை செய்திருக்க முடியாத வாய்ப்புகளை எனக்கு உருவாக்கிக் கொடுத்தன.

இந்த ஒட்டுமொத்தப் புத்தகமும், நீங்கள் ஒரு விழிப்புணர்வு நிலையிலிருந்து தேர்ந்தெடுப்புகளை மேற்கொள்வதற்கு உங்களை வழிநடத்துவதைப் பற்றியதாக இருந்தாலும், கடைசியாக ஒரு விஷயத்தை நோக்கி நான் உங்களை அழைத்துச் செல்ல விரும்புகிறேன். அதைப் பற்றி உங்கள் ஒருவரைத் தவிர வேறு யாருக்கும் தெரியாது.

எது உங்களுடைய மகாசக்தி?

நேரம்தான் என்னுடைய மகாசக்தி.

உங்களுடைய எது?

நான் அதைப் பற்றிப் பேசும்போது, உங்களுடைய ஆழ்விருப்பத்தைப் பின்தொடர்வதைப் பற்றியோ அல்லது உங்களுக்கு விருப்பமான ஒரு வேலையைத் தேர்ந்தெடுத்துக் கொள்வதைப் பற்றியோ நான் பேசவில்லை.

ஆனால், எதுவுமே சரியாகப் போய்க் கொண்டிருக்காததுபோலத் தோன்றும்போது ஒரே ஒரு விஷயம் மட்டும் தொடர்ந்து உங்களை உந்தித் தள்ளிக் கொண்டே இருக்கும்.

அது உங்களுடைய மேலான ஒழுங்காக இருக்கலாம்.

உங்களுடைய அர்ப்பணிப்பாக இருக்கலாம்.

வாழ்க்கையைக் குறித்த உங்களுடைய எளிய அணுகுமுறையாக இருக்கலாம்.

சின்னச் சின்ன விஷயங்களைக்கூட உன்னிப்பாகக் கவனிக்கின்ற உங்கள் தன்மையாக இருக்கலாம்.

உங்களுடைய தோழமையான நடத்தையாக இருக்கலாம்.

உங்களுடைய உடல் வலிமையாக இருக்கலாம்.

உங்களுக்குப் பெரும் வெகுமதிகளைப் பெற்றுக் கொடுத்துள்ள உங்களுடைய போராட்டக் குணமாகக்கூட இருக்கலாம்.

அந்த மகாசக்தி ஏற்கெனவே உங்களிடம் இருக்கிறது.

நீங்கள் உங்களுடைய பெருங்கனவை நிறைவேற்றத் துணியும்போது, இந்தக் கவசத்தை உங்களுடன் எடுத்துச் செல்லுங்கள். அப்போது உங்களுக்கு வெற்றி நிச்சயம்.

ஏனெனில், நம்முள் உறைந்திருக்கின்ற சக்திவாய்ந்த விஷயங்கள்தாம் எளிதில் கண்டுகொள்ளப்படாமல் விடப்படுகின்றன.

உங்களிடமிருந்து விடைபெறுவது, அங்குர் வாரிக்கூ.

நன்றியுரை

கடன் வாங்கப்பட்ட யோசனைகளுக்கும் உத்வேகத்திற்குமான ஓர் அற்புதமான எடுத்துக்காட்டு இந்நூல். இந்நூல் உருவாவதற்குப் பலருடைய உலகக் கண்ணோட்டங்களும் ஊக்குவிப்பும் அன்பான வார்த்தைகளும் பேருதவியாக இருந்தன. அவை இல்லாமல் இந்நூல் சாத்தியப்பட்டிருக்காது.

நான் சிக்கியிடமிருந்து தொடங்குகிறேன். 2014 இல் அவர் என்னை முதன்முறையாகச் சந்தித்தபோது, "உங்களுக்குள் ஏராளமான புத்தகங்கள் உள்ளன," என்று கூறினார். என்னில் நான் ஒரு நூலாசிரியரைக் கண்டுகொள்வதற்கு நெடுங்காலத்திற்கு முன்பே அவர் என்னில் ஒரு நூலாசிரியரைக் கண்டார். சிக்கி, என்மீது நீங்கள் கொண்டுள்ள நம்பிக்கைக்கு நன்றி.

நான் பல முறை திருத்தி எழுதும்வரை பொறுமையாகக் காத்திருந்த ஜக்கர்நாட் குழுவுக்கு நன்றி.

வாரிக்ரூ இன்ஸ்டாகிராம் பக்கத்தில் படைப்புக் கருத்துகளை உருவாக்குகின்ற நிஷிதாவுக்கு நன்றி. அவர் இல்லாமல் இப்புத்தகம் இல்லை.

அந்த ஒட்டுமொத்தக் குழுவுக்கும் நன்றி. நாங்கள் செய்து கொண்டிருக்கின்ற பணி குறித்தும், அதை நாங்கள் செய்து கொண்டிருக்கின்ற விதம் குறித்தும் அவர்கள் என்னைப் பெருமிதம் கொள்ளச் செய்கின்றனர். நீங்கள் எல்லோரும் சேர்ந்து என்னை வானில் சிறகடித்துப் பறக்க வைத்துக் கொண்டிருக்கிறீர்கள்!

என்னுடைய உயர்நிலைப் பள்ளி வகுப்பு ஆசிரியரான சிசீலியா மேடம் அவர்களுக்கு நன்றி. ஒரு நல்ல ஆசிரியரால் ஒரு வாழ்க்கையை என்றென்றைக்குமாக மாற்றிவிட முடியும்

என்பதை அவர் எனக்குக் காட்டினார்.

என்னுடைய பள்ளி வாழ்க்கையை நினைவுகூரத்தக்க ஒன்றாக ஆக்கிக் கொடுத்தக் குனால், முகேஷ் மற்றும் மிஷ்ராவுக்கு நன்றி. அந்த வாழ்க்கையை நான் ஒருபோதும் மறக்க மாட்டேன்.

அமெரிக்காவில் நான் கழித்த நாட்களை நினைவுகூரத்தக்கவையாக ஆக்கிக் கொடுத்ததற்காக சமீர், மோடி, கஸ்ட்டி, நிஷாந்த், கோர்டே, வினீத் ஆகியோருக்கு நன்றி. அந்த இரண்டு ஆண்டுகள் என்னைச் செதுக்கியதுபோல வேறு எதுவும் என்னைச் செதுக்கியதில்லை. நீங்கள் அதன் ஒரு பெரிய பகுதி என்பதில் ஐயமில்லை.

2006 ஆம் ஆண்டின் ISB வகுப்பைச் சேர்ந்த அனைவருக்கும் என் நன்றி. நீங்கள் எனக்குத் தொடர்ந்து உத்வேகமூட்டுகிறீர்கள். அவ்வகுப்பைச் சேர்ந்த ஒவ்வொருவரும் காலப்போக்கில் வெற்றி குறித்தத் தங்களுடைய சொந்த வரையறையை அற்புதமாகத் தேர்ந்தெடுத்துள்ளதைக் கண்டு நான் பிரமிக்கிறேன். அவர்கள் தங்களுடைய வரையறைகளின் மூலமாக, மற்றவர்கள் தங்களுடைய வெற்றியை வரையறுக்க உதவுகின்றனர்.

கியர்னீயில் என்னுடைய சகாக்களாக இருந்த அக்ஷத், அன்ஷுமன், ஷின்டூ ஆகியோருக்கு நன்றி. எனக்கு எதுவும் தெரியாதபோது எனக்குக் கற்றுக் கொடுத்து, நான் தடுமாறியபோது பொறுமையாகக் காத்திருந்து, தொடர்ந்து என்னை ஊக்குவித்த நண்பர்கள் அவர்கள்.

ஒரு தொழிலதிபராக எனக்கு என்னுடைய முதல் வாய்ப்பைக் கொடுத்தப் பாஹ்வாவுக்கு நான் என்றென்றும் நன்றிக்கடன் பட்டிருப்பேன்.

தொழில்முனைவைப் பற்றிப் பத்து ஆண்டுகளில் என்னால் கற்றிருக்க முடியாத விஷயங்களை ஓராண்டுக்குள் கற்றுக் கொடுத்த ஓலிக்கு நன்றி.

எங்கள்மீது யாரும் நம்பிக்கை கொள்ளாத நேரத்தில் எங்களிடம் நம்பிக்கை கொண்டதற்காகவும், யாரும் எங்களை ஆதரிக்காதபோது எங்களை ஆதரித்ததற்காகவும் மோஹித்துக்கு நன்றி.

குரூப்பான் மற்றும் நியர்பை நிறுவனங்களில் என்னுடன் வேலை செய்த அனைவருக்கும் நன்றி. அந்த ஒன்பது ஆண்டுகளும் என்னை ஒரு தலைவராகவும் ஒரு தனிநபராகவும் என்னைச் செதுக்கின. நான் அதற்காக என்றும் நன்றியுடையவனாக இருப்பேன்.

என்னுடைய சக நிறுவனர்களான ரவிக்கும் ஸ்னேஹேஷுக்கும் நன்றி. என்னுடைய குறைகளைப் பொருட்படுத்தாமல் என்மீது நம்பிக்கை வைத்ததற்கும், தேவைப்பட்ட நேரத்தில் என்னுடைய சாக்குப்போக்குகளையும் பிதற்றல்களையும் சுட்டிக்காட்டியதற்கும் அவர்களுக்கு என் நன்றி.

அற்புதமான நண்பர்களாக இருந்து வருவதற்காக பன்னோ, சுப்ரியா, பிகே, மித்தூ, ஷிப்ரா, அனூப், ரோஹித், கமல், ஷியாமளா, மீரா, வெங்கி ஆகியோருக்கு நன்றி.

வாழ்வில் எனக்குத் தேவையான நண்பர்களாக இருக்கின்ற பப்ஸ், சிங்க்லா, பாலி, சிஷ்டி ஆகியோருக்கு நன்றி. நீங்கள் எனக்கு உதவுகிறீர்கள், அறிவுறுத்துகிறீர்கள், என்னுடைய மோசமான நகைச்சுவைத் துணுக்குகளைத் தொடர்ந்து ஊக்குவிக்கிறீர்கள்.

நான் வளர்ந்து வந்த காலத்தைக் குதூகலமானதாக ஆக்கிய என் சகோதரி

ராதிகாவுக்கு நன்றி. அவள் தன்னுடைய கனவைப் பின்தொடர்ந்து சென்று ஒரு சிறப்பான வாழ்க்கையை அமைத்துக் கொண்டுள்ளதைக் காணும்போது, அவள் என்னுடைய சிறந்த மாணவி என்ற உணர்வு எனக்கு ஏற்படுகிறது :)

எனக்கு முழு ஆதரவு காட்டிய, ருச்சியின் ஒட்டுமொத்தக் குடும்பத்திற்கும் நன்றி. எங்கள் குடும்பத்தின் ஓர் உறுப்பினர்போல ஆகிவிட்ட கௌதமுக்கு நன்றி.

எனக்குத் தெரிந்துள்ள எல்லாவற்றுக்குமான அடித்தளமாக அமைந்துள்ள விழுமியங்களை எனக்குக் கற்றுக் கொடுத்த என்னுடைய பெற்றோருக்கு நன்றி. வாழ்வில் நான் மேற்கொண்ட பைத்தியக்காரத்தனமான தீர்மானங்களுக்கு ஆதரவாக இருந்து, பொறுமையாக என்னைச் சமாளித்ததற்காக நான் அவர்களுக்கு நன்றிக்கடன் பட்டுள்ளேன். என்னுடைய குழந்தைகள் விதுர் மற்றும் உஸ்மாவுக்கு நான் அத்தகைய ஒரு பெற்றோராக இருப்பேன் என்று நான் நம்புகிறேன்.

என் கற்பனைக்கு எட்டாத விதத்தில் என் வாழ்க்கைக்கு அர்த்தம் கூட்டிக் கொண்டிருப்பதற்காக விதுருக்கும் உஸ்மாவுக்கும் நன்றி. நான் உங்களுக்காகவே வாழ்கிறேன்.

இறுதியாக, என்னுடைய மனைவி ருச்சிக்கு நன்றி. நாங்கள் 21 ஆண்டுகளாக ஒன்றாக இருந்து வந்துள்ளோம். நாங்கள் ஒன்றாக வளர்ந்தோம் என்று கூறுவது பொருத்தமாக இருக்கும். ருச்சி, நீ எப்போதும் என்னிடமிருந்த சிறந்த விஷயங்களை மட்டுமே பார்த்தாய். நீ என்னுடைய வாழ்வில் பங்கு கொண்டுள்ளதற்கு நன்றி. நான் உன்னை நேசிக்கிறேன்.

அங்கூர் வாரிக்கூ

நூலாசிரியர்

அங்குர் வாரிக்கூ ஒரு தொழிலதிபர், ஆசிரியர், டிஜிட்டல் உள்ளீடுகள் வடிவமைப்பாளர், மற்றும் வழிகாட்டி ஆவார். அவர் nearbuy. com நிறுவனத்தைத் தோற்றுவித்தார். *2015* ஆம் ஆண்டு முதல் *2019* ஆம் ஆண்டுவரை அவர் அதன் முதன்மை நிர்வாக அதிகாரியாக இருந்தார். அதற்கு முன்பு, குரூப்பான்ஸ் இந்தியா பிசினஸைத் தோற்றுவித்து அவர் அதன் முதன்மை நிர்வாக அதிகாரியாகச் செயல்பட்டார். இன்று, டிஜிட்டல் உள்ளீடுகளை வடிவமைப்பதிலும், ஆன்லைன் வகுப்புகள் நடத்துவதிலும், முதல் முறையாக ஒரு தொழிலைத் தொடங்குபவர்களுக்கு வழிகாட்டுவதிலும் அவர் தன்னுடைய நேரத்தைச் செலவிட்டு வருகிறார்.